प्रा. बाळ गाडगीळ
यांसी
सन्मित्राचे सर्व गुण
ज्यांच्या ठायी आहेत!

आपल्या स्नेहीजनांना पुस्तके भेट द्या

सुट्टी
आणि
इतर
एकांकिका

द. मा. मिरासदार

मेहता पब्लिशिंग हाऊस

✆ +91 020-24476924 / 24460313

Email : info@mehtapublishinghouse.com
   production@mehtapublishinghouse.com
   sales@mehtapublishinghouse.com
Website : www.mehtapublishinghouse.com

◆ *या पुस्तकातील लेखकाची मते, घटना, वर्णने ही त्या लेखकाची असून त्याच्याशी प्रकाशक सहमत असतीलच असे नाही.*

SUTTI ANI ITAR EAKANKIKA by D. M. MIRASDAR

सुट्टी आणि इतर एकांकिका : द. मा. मिरासदार / एकांकिका

द. मा. मिरासदार
   १२६०, अक्षय सहनिवास, तुळशीबागवाले कॉलनी,
   सहकारनगर नं.२, पुणे - ४११००९.

© सुनेत्रा मंकणी

प्रकाशक   : सुनील अनिल मेहता, मेहता पब्लिशिंग हाऊस,
               १९४१, सदाशिव पेठ, माडीवाले कॉलनी, पुणे - ४११०३०.

अक्षरजुळणी : इफेक्ट्स, २१/६ब, आयडिअल कॉलनी, कोथरूड, पुणे ३८.

मुखपृष्ठ   : शि. द. फडणीस

प्रकाशनकाल : १४ जानेवारी, १९६४ / १४ जानेवारी, १९९८ /
               सप्टेंबर, २००६ / मेहता पब्लिशिंग हाऊस, पुणे यांची
               चौथी आवृत्ती : मार्च, २०११ / जानेवारी, २०१२ /
               पुनर्मुद्रण : ऑगस्ट, २०१७

P Book ISBN 9788184982275

E Books available on : play.google.com/store/books
                       m.dailyhunt.in/Ebooks/marathi
                       www.amazon.in

अनुक्रमणिका

यातील एकांकिकेचा प्रयोग करण्यापूर्वी सुनेत्रा मंकणी, एस-४, रविराज सहजीवन सोसायटी, तुळशीबागवाले कॉलनी, सहकारनगर नं.२, पुणे - ४११ ००९. या पत्त्यावर लेखकाचे मानधन प्रत्येक एकांकिकेसाठी रुपये १५०/- पाठवून पूर्वसंमती घेणे आवश्यक आहे.

सुट्टी

(शिक्षकांची खोली. दोन्ही बाजूच्या भिंतींना लागून गाद्या आणि तक्के आहेत. त्यावर चार-दोन शिक्षक वेगवेगळ्या पवित्र्यात झोपले आहेत. कुणी तक्क्यावर मान टाकून बसल्याबसल्याच पेंगताहेत. दुसरे तक्क्या आडवा करून त्यावर डोके ठेवून पालथे झोपले आहेत. तिसऱ्याने पायाशी तीन-चार तक्क्यांचा ढीग करून त्यावर तंगड्या टाकल्या आहेत. यातले कुणीतरी अधूनमधून घोरतातही. त्यांच्यापैकी दोघे शेवटपर्यंत झोपूनच राहिलेले दिसतात. आणखी दोघेजण नुसते बसले आहेत. त्यांपैकी एकजण ड्रॉईंग टीचर जोशी. दुसरे पी.टी. शिक्षक हणमंते. व्यायाम शिक्षक असूनही हणमंत्यांची तब्येत बरी दिसते. कोपऱ्यातल्या मोठ्या टेबलापाशी पाच-सहा खुर्च्या. त्यांपैकी दोन खुर्च्या कुलकर्णी आणि देशपांडे या दोन नव्या, टेंपरवारी शिक्षकांनी अडवल्या आहेत. कुलकर्णी कॅटलॉगचे काम करताहेत. देशपांडे वह्यांचा भला मोठा गठ्ठा तपाशीत बसले आहेत. बाजूला नकाशांचे जुनाट गुंडाळे, वह्या ठेवण्यासाठी शेल्फ, एक लहानसा आरसा, शिक्षकांची छोटी कपाटे, पाण्याचे पीप इत्यादी, इत्यादी. तास साधारणपणे चौथा, पाचव्या व मधल्या सुट्टीच्या आधीचा.)

जोशी : (सरळ उठून बसतात. खिशातली तपकिरीची डबी चाचपतात. एकदम घाबरल्यासारखा चेहरा करून) – आँ? अरेच्च्या!

हणमंते : काय झालं जोशीबुवा?

जोशी : (खिसे चाचपीत)– अहो, व्हायचं काय? आमची ही ही –

हणमंते : तुमची ही? तुमची ही इथं कशी?

जोशी : (सबंध शिक्षकांची खोली धुंडाळीत) अहो, ही म्हणजे– आपली ही हो... काय समजलं? तपकिरीची डबी... च्या मारी!... आत्ता होती

	मघाशीन! एवढ्यात कुठं गेली बुवा?
हणमंते :	मघाशी तुम्ही संडासात गेला होता, तिथं बघा बरं कोनाड्यात आहे का ठेवलेली?
जोशी :	छ्या: छ्या:! तिथं कशी राहील?
हणमंते :	नेहमी विसरता अन् आम्ही आणून देतो की. बघा तर खरं!
जोशी :	(हिंडत हिंडत टेबलाजवळ जातात) नाही हो – आहे हो आहे – सापडली. तरी म्हणलं–

(टेबलाजवळची डबी हस्तगत करतात. एकदम उघडून आत बोट घालून नाकाला लावतात. नाकाला पांढरा चुना लागलेला स्वच्छ दिसतो.)

कुलकर्णी :	(एकदम कॅटलॉगमधून डोके वर काढून) अहो जोशीबुवा, ती आमची चुन्याची डबी आहे, भले!
जोशी :	शाबास! अहो मग आधी बोलायचं नाही? (नाक रुमालाने पुशीत) आता आग आग होणार नाकाची– गेला का चुना?
कुलकर्णी :	तुम्ही तरी आधी नीट बघायचं महाराज! मला विचारायचं – आणखी पुसा. त्या त्या बाजूला. हा, आता गेला चुना.

(जोशीबुवा बाहेर जातात.)

हणमंते :	कुलकर्णी, हे जोशी तपकीर ओढतात तसे तुम्ही चुनाबिना नुसता खाता की काय?
कुलकर्णी :	काय चेष्टा करताय? ही तंबाखूची डबी. ही चुन्याची. कॅटलॉगचं, वह्याचं काम करायचं म्हणजे चुना-तंबाखू पाहिजेच. नाहीतर काही खरं नाही.
हणमंते :	वर्गात शिकवताना हे लागतं की नाही?
कुलकर्णी :	इथं गोळी करून आत ठेवायची कोपऱ्यात. तास झकास रंगतो.
हणमंते :	बरं आहे बुवा तुमचं. आम्हाला काही असा उद्योग नाही, नाकातोंडात घालायचा.
देशपांडे :	(हे इतका वेळ वह्याच तपाशीत आहेत. त्यांचे कशाकडेच भान नाही. त्या ब्रह्मानंदात एकदम सहजस्फूर्त उद्गार) अरेरेरे! काय वात्रट कार्टीं आहेत च्यायला!–
हणमंते :	का हो देशपांडे? काय झालं?
देशपांडे :	(भानावर येऊन सगळ्यांकडे पाहत) आ? काय म्हणालात?
हणमंते :	आम्ही काही नाही म्हणालो. तुम्हीच म्हणालात ना?
देशपांडे :	काय म्हणालो?
हणमंते :	काय वात्रट कार्टीं आहेत!
देशपांडे :	असं म्हणालो मी?

हणमंते	:	आता आम्हालाच विचारा.
देशपांडे	:	नाही, मी तसं म्हणालो असेन ना, तर अगदी बरोबर आहे.
हणमंते	:	अस्सं.
देशपांडे	:	अगदी नालायक आहेत बुवा. हा निबंध आठवीचा. परवाच घेतला. 'माझा आवडता प्राणी!' एकानं लिहिलंय– डुक्कर. दुसऱ्यांं लिहिलंय
हणमंते	:	काय लिहिलंय?
देशपांडे	:	देशपांडे गुरुजी.
हणमंते	:	चालायचंच. 'प्राणी' सोडून द्या त्यातला 'आवडता' हा शब्द महत्त्वाचा आहे.
देशपांडे	:	हॅ: हॅ:! तुम्ही म्हणजे हणमंते किनई – (पुन्हा वह्यात डोके खुपसतात. स्वत:शीच) ह्या रेटनी वह्या केव्हा तपासून होणार! सुट्टीच पाहिजे खरं म्हणजे.
जोशी	:	(हातात डबी घेऊन आत येत) सापडली. हणमंते, सापडली हो.
हणमंते	:	कुठं सापडली?
जोशी	:	तिथंच. मघाशी तुम्ही सांगितलं तिथंच.
हणमंते	:	वाटलंच मला. बसा.

(जोशी पुन्हा तक्क्याला रेटून नीट बसत. डबीतली तपकीर काढून दोन्ही नाकपुड्यांत वेगवेगळ्या बाजूंनी ठासून भरतात. मग एक जोरदार 'छ्याँ' करतात.)

जोशी	:	(मान डोलवीत) अहाहा! वा! काय बरं वाटलं हो!
हणमंते	:	बघू, तुमचं व्यसन जोशीबुवा जरा. (डबी उघडून नाकाला लावतात. एक जोराची शिंक येते) छे: छे:! भलतीच कडक आहे.
जोशी	:	कडक कसली मातीची! आहे, ठीक आहे. मला तर काही होतच नाही या तपकिरीनं (पुन्हा एक शिंक येते.) अरेच्च्या! –
हणमंते	:	किती लागते हो रोज तुम्हाला?
जोशी	:	चार दिवसाला तोळा. वीस वर्षं झाली.
हणमंते	:	आत्तापर्यंत एक पीप भरून तपकीर गेली असेल ना नाकात तुमच्या?
जोशी	:	इतकी कुठली हो! पण पाऊण पीप होईल.
हणमंते	:	देशपांडे घ्या. तपकीर ओढा जरा. म्हणजे 'माझा आवडता प्राणी' जरा लवकर तपासून होईल. (देशपांडे मान हलवतात.) बघा तर खरं. हूं! चढवा एक बार.
देशपांडे	:	आपण त्या भानगडीत नसतो बुवा. (पुन्हा वह्यांत डोके घालतात.)
हणमंते	:	घ्या हो घ्या. मजा आहे जरा. गंमत तर बघा खरी. हूं...
देशपांडे	:	(काकुळतीला येऊन) वह्या तपासतोय.

हणमंते :	मग तपकीर ओढून वह्या तपासू नयेत, असा काही नियम नाही देशपांडे. अरे, बघा तर गंमत.
देशपांडे :	तुम्ही म्हणजे हणमंते –

(भिडस्तपणे उठून जवळ येतात. तपकीर नाकात कोंबतात. सटासट् शिंकत पुन्हा टेबलाजवळ जाऊन बसतात. त्यांचे हे शिंकणे पुढे बराच वेळ चालू राहते.)

हणमंते :	शाब्बास! बरं वाटलं की नाही जरा?
देशपांडे :	(डोळ्यातले पाणी पुशीत) – हो हो, नाक मोकळं झालं.
हणमंते :	आता असं करा. आणखी एक चिमट घ्या.
देशपांडे :	(घाबरून) नको नको. आजच्या आज सगळ्या वह्या झाल्या पाहिजेत तपासून. उद्या सुपरवायझरना द्यायच्या आहेत. रजा घेतली असती तर बरं झालं असतं.
कुलकर्णी :	सापडला. (टाळ्या वाजवतात.)
देशपांडे :	काय सापडला?
कुलकर्णी :	घोटाळा.
हणमंते :	घोटाळा सापडला?
कुलकर्णी :	घोटाळा झाला होता तो सापडला. अहो, एका पोराची रजा मांडायचीच राहिली होती. फीही मांडली नव्हती. त्यामुळे सगळा हिशेबाचा गोंधळ. परवापासून हुडकतोय. कंटाळा आला बुवा अगदी.
जोशी :	अहो, आम्हालासुद्धा कंटाळा आलाय कुलकर्णी. तुम्ही या दोन वर्षांत आलात इथं. आम्हाला एक तप झालं तप. आम्हाला किती कंटाळा आला असेल!... परवापासून चार-दोन चित्रं काढायची म्हणतोय. वेळच होईना.
हणमंते :	म्हणजे ते 'लॅण्डस्केप' का काय म्हणतात ते? मग काढा इथं बसून. मोकळेच आहात.
जोशी :	लॅण्डस्केप कसला काढतोय डोंबलाचा? टेक्स्ट पुस्तकातली चित्रे काढायची आहेत, भूगोलाच्या. चित्राला तीन रुपये. आज सुट्टी असती तर पाडली असती निदान चार चित्र. बारा रुपये खडे झाले असते.
हणमंते :	हू:! 'सुट्टी असती तर!'... सुट्टी असती तर, अहो, मीसुद्धा घरी बसलो असतो दिवसभर.
कुलकर्णी :	का, का?–
हणमंते :	घरी जरा अडचण आहे सध्या. मंडळी बाळंतीण आहेत.
देशपांडे :	किती मंडळी बाळंतीण आहेत म्हणालात? (शिंकतात)
हणमंते :	एकच... वह्या तपासा वह्या.

कुलकर्णी : तरीच तुम्ही हल्ली ग्राऊंडवर संध्याकाळी दिसत नाही.

हणमंते : सकाळी पोराला न्हाऊ घालायचं. बायकोला न्हाऊ घालायचं. भात टाकायचा. तरी एक बाई पोळ्या करून जाते म्हणून बरं आहे. रात्री पोरगं रडतं मधूनमधून. त्याला खेळवायचं. झोके द्यायचे.

कुलकर्णी : किती दिवस झाले?

हणमंते : झाला महिना दीडमहिना.

जोशी : मग बरोबर आहे.

हणमंते : रात्रभर जागरण होतं काही वेळेला. पण इथं काही झोप येत नाही आपल्याला. नाहीतर हे गुरुजी बघा. घरी झोपतात. इथं झोपतात. वर्गातसुद्धा झोपतात. मजा आहे! (प्यून येतो) – काय रे? बुलेटीन आहे का?

प्यून : तुम्हाला नाही. कुलकर्णी सरांना.

कुलकर्णी : साहजिक आहे. आम्ही नवीन आहोत ना. शिवाय आज तीन तास ऑफ आम्हाला. ते कसे पचतील?

प्यून : आज सुट्टी मिळंल साहेब एखाद्या वेळेस.

कुलकर्णी, देशपांडे : (एकदम खडबडून उठत एका सुरात)– सुट्टी?

प्यून : होय साहेब.

हणमंते : कशाबद्दल?

प्यून : कुनी तरी मेलं साहेब!

जोशी : तशी काहीतरी कुणकुण ऐकली खरी.

कुलकर्णी : पण कोण मेलं?

प्यून : ते काय ठावं न्हाई. मेलं कुनी तरी एवढं खरं. (जातो.)

देशपांडे : आज वर्तमानपत्रांत तर कुणी मेलेलं नाही!

हणमंते : देशपांडे, घ्या एक चिमट तपकिरीची.

देशपांडे : छे: छे:! नको नको. (पुन्हा एक शिंक.)

हणमंते : ऐकून तर घ्या. एक चिमट घ्या अन् त्या म्हाताऱ्याच्या नाकात कोंबा. (दुर्वेगुरुजींकडे अंगुलिनिर्देश करतात.)

देशपांडे : ह्यॅ: ह्यॅ:? तुम्ही म्हणजे हणमंते – (पुन्हा वह्या तपासू लागतात.)

जोशी : काय म्हातारा डाराडूर झोपालाय हो!

हणमंते : तुमचं व्यसनाचं बरं असतं बघा. घेतली तपकीर की बसले नाकात कोंबीत. छान वेळ जातो. आता हेच सद्‌गृहस्थ बघा. वेळ मिळाला की झोप. जरा सवड सापडली की हो आडवा.

कुलकर्णी : (डोके कॅटलॉगमधून वर काढून) मग तुम्ही का नाही नमस्कार घालीत इथं? वेळ मिळाला की डंबेल्स फिरवायचे. तुमचाही वेळ जाईल.

देशपांडे : (मोठ्यांदा हसून) तुम्ही म्हणजे ना, कुलकर्णी – (वह्या तपासू लागतात.)

जोशी : वा! मग घालत नाहीत असं वाटतं की काय तुम्हाला? अहो, सारखे तर नमस्कार घालीत असतात. हेडमास्तर भेटले – घाल नमस्कार. प्रेसिडेंटसाहेब भेटले – घाल नमस्कार. चेअरमन भेटले –

देशपांडे : (लिहिता लिहिताच) – घाल नमस्कार... असंच ना?

हणमंते : करा बुवा चेष्टा! नौकरी आहे. त्यातून बायको बाळंतीण. सारखा नमस्कार ठोकलाच पाहिजे. दोन्ही हात डिंकानं चिटकवल्यासारखे जोडून सारखं आपलं 'ह्यॅ: ह्यॅ: ह्यॅ:' तर नौकरी टिकायची इथं. दिवस बदललेत आता.

जोशी : खरं आहे. नमस्कारात जरा हात चुकला की खलास. सुट्टी मिळालीच समजा कायमची.

कुलकर्णी : खरंच, आज सुट्टीचं काय म्हणत होता प्यून तो?

हणमंते : तो डांबीस आहे. त्याचे काय ऐकता?

कुलकर्णी : नाही हो. मिळेल सुट्टी एखाद्या वेळेस.

दुर्वेगुरुजी : ('सुट्टी' शब्द ऐकल्यावर खडबडून जागे होतात. एकदम ताठ उठून बसतात.) – काय? – सुट्टी मिळाली शेवटी? आश्चर्य आहे!... बरं झालं बुवा बाकी.

कुलकर्णी : कशाची सुट्टी गुरुजी?

जोशी : भले!... म्हणजे खरंच तुम्हाला काही पत्ता नाही का अजून?

कुलकर्णी : नाही बुवा.

जोशी : आहे, निराळं पाणी आहे. मिस्टर कुलकर्णी, तुम्ही पर्मनंट होणार लवकर.

कुलकर्णी : पण काय, भानगड काय!

दुर्वेगुरुजी : (डोळे चोळीत) नोटीस आली म्हणता सुट्टीची!

हणमंते : छ्या:!

दुर्वेगुरुजी : वाटलंच... नाहीतर आतापर्यंत यायला पाहिजे होती.

जोशी : यायला पाहिजे होती. पण नाही आली.

कुलकर्णी : अहो, पण कशाबद्दल?

दुर्वेगुरुजी : हणमंते... त्यांना जरा समजावून सांगा. संदर्भ देऊन स्पष्टीकरण करा.

हणमंते : तुम्हीच सांगा बुवा. मला तरी कुठं नीट माहीत आहे?... ते कोण? काय नाव-गाव आपल्याला काही आठवत नाही. मघाशी काही तरी ऐकलं खरं.

दुर्वेगुरुजी : इथं कुणा लेकाला आठवतंय?

कुलकर्णी : पण काय झालं काय?

जोशी :	(चुटकी वाजवीत हात वर नेतात) – ते मेले.
कुलकर्णी :	कोण मेले?
देशपांडे :	(कुतूहलाने) खरंच, कोण मेले हो?
दुर्वेगुरुजी :	ते नक्की माहीत नाही. पण मघाशी शाळेत आल्याबरोबर कळलं. कुणीतरी मेलं एवढं खरं. अगदी गॅरंटीड सांगतो.
जोशी :	(आठवण्याचा प्रयत्न करीत) कोण म्हणलं बरं मघाशी! आपले हेडमास्तर–
देशपांडे :	(घाबरून) हेडमास्तर आपले? मेले? केव्हा? मघाशी तर माझी गाठ पडली होती.
जोशी :	(शांतपणे) देशपांडे... एवढं कुठलं आलंय आपलं भाग्य? हेडमास्तर जिवंत आहेत.
देशपांडे :	वाटलंच मला.
जोशी :	हेडमास्तर सांगत होते कुणाला तरी. ते ऐकलं मी.
कुलकर्णी :	काय सांगत होते?
जोशी :	कुणाचं तरी नाव सांगितलं खरं त्यांनी. ते मेले. आत्ताच सकाळी म्हणाले. आपल्या मॅनेजिंग बोर्डाचे ते मागं कुणीतरी होते म्हणे. चेअरमन का कुणी तरी.
दुर्वेगुरुजी :	चेअरमन का? मी ऐकलं सेक्रेटरी.
जोशी :	सेक्रेटरीही असेल.
दुर्वेगुरुजी :	तरी काय झालं? एवढा मोठा माणूस मेला अन् शाळेला सुट्टी नाही? वाईट, फार वाईट.
हणमंते :	कुणी का असेनात! होते ना ते? अन् आता मेले ना? मग झालं तर. सुट्टी मिळायला पाहिजे बाकी.
जोशी :	एक्झॅक्टली!...
देशपांडे :	ते दामले मेले असतील एखाद्या वेळेस.
हणमंते :	कोण दामले?
देशपांडे :	आहे ते!– कोपऱ्यावरच्या बंगल्यात राहतात ते? त्या बंगल्याला फाटक आहे बघा. फार म्हातारे झाले होते. मेले असतील तेच.
दुर्वेगुरुजी :	ते आपल्या संस्थेच्या मॅनेजिंग कमिटीत होते?
देशपांडे :	ते काही ठाऊक नाही. पण म्हातारे होते पुष्कळ. मेलेही असतील. त्याचा काही नेम नाही.
दुर्वेगुरुजी :	हॉ: तसले हजार पडलेत. तसं रोज कुणी ना कुणी मरतंय. त्याला काय करायचंय?

देशपांडे : मग काही ठाऊक नाही.

हणमंते : मग उगीच गप्प बसा... अन् वह्या तपासा.

कुलकर्णी : पण मेलं कोण शेवटी?

जोशी : करायच्यात काय आपल्यासारख्या नौकर जातीच्या माणसाला फाजील चौकशा? मेलंय म्हणाले कुणीतरी, तर मेलं. सुट्टी आहे का नाही हा एवढाच आता प्रश्न!

हणमंते : मिळाली तर बरं होईल.

कुलकर्णी : होय हो. या कॅटलॉगने डोकं भंडावलं. स्वस्थ पडून राहीन म्हणतो. नाहीतर पिक्चरला जाईन. कँपात हिचकॉकचं फर्स्टक्लास पिक्चर लागलंय.

हणमंते : मलाही जरा घरचं बघता येईल. तशी अडचणच आहे.

देशपांडे : आमचा तर सगळा गठ्ठा पूर्ण होईल.

जोशी : अन् माझं काम तर लगेच. चार चित्रांना निदान मरण नाही.

दुर्वेगुरुजी : अरे हॅट!... सुट्टी मिळायची नाही. मी सांगतो ना. वीस वर्षांचा अनुभव आहे.

कुलकर्णी : असं?

दुर्वेगुरुजी : आऽऽ गदी. नोट लिहून देतो. अहो, टागोर एकदा वारले तेव्हाची गोष्ट. सुट्टी तर नाहीच, पण शाळा सुटल्यावर शोकसभा. मुख्याध्यापकांचं तासभर भाषण. घरी जायला अंधार झाला. पोरंबाळं रडायला लागली... त्यानंतर कोण बरं? हां, पंडित मालवीय वारले एकदा –

देशपांडे : ते मंत्री आहेत सध्या ते का?

दुर्वेगुरुजी : विद्वान आहात! त्यांचे बाप.

देशपांडे : हां हां, आता आलं लक्षात.

दुर्वेगुरुजी : तर शाळेला सुट्टी नाही. फार आरडाओरडा केला तेव्हा शेवटले दोन तास मिळाले. त्या दोन तासात पुन्हा सभा बरं का. पुन्हा मुख्याध्यापकांचं भाषण. पुन्हा संध्याकाळ. नाही म्हणायला गांधी गेले तेव्हा काय ती मिळाली होती बुवा दुसऱ्या दिवशी.

कुलकर्णी : सबंध दिवस सुट्टी नाहीच म्हणता!

दुर्वेगुरुजी : सबंध दिवस? शुद्धीवर आहाता का तुम्ही कुलकर्णी? हां, परमेश्वरच जर मेला तर कदाचित सबंध दिवस मिळेल एखाद्या दिवशी–

जोशी : (तपकिरीचा बार भरीत) आमच्या त्या पहिल्या शाळेत नव्हती बुवा ही असली भानगड. रॉयल काम. कुणी मेलं की सुट्टी. फार झकास. सरदार पटेल वारले – सुट्टी. मौलाना आझाद – सुट्टी. पंडित संत – सुट्टी, विद्यार्थी मेला – सुट्टी, शिक्षक मेला – सुट्टी. एकदा तर आमचे

मुख्याध्यापकच गचकले.

कुलकर्णी : अन् मग?

जोशी : दोन दिवस सुट्टी.

देशपांडे : काय चैन होती हो तुमची! आपल्याकडं काही असा दोन-दोन दिवस सुट्टी मिळायचा योग नाही.

दुर्वेगुरुजी : अशी शाळा पाहिजे. नाहीतर आपली– हॅट!

जोशी : हे काहीच नाही. एकदा तर फार गंमत. आमच्या प्यूनची मावशी मेली. तिच्या मातीला सगळे प्यून्स गेले. झालं, अर्धा दिवस सुट्टी.

हणमंते : अहाहा!... कशाला ती शाळा सोडलीत जोशीबुवा! कशाला या खाईत आलात?

जोशी : कल्पना नव्हती... अन् पगार मिळतो इथं मुख्य म्हणजे. तिकडं ते लफडं होतं हो.

कुलकर्णी : सुट्टी मिळाली आत्ता तर बरं होईल.

दुर्वेगुरुजी : मिळत नाही. लिहून देतो.

हणमंते : पण मॅनेजिंग कमिटीचा चेअरमन का सेक्रेटरी आहे हो. मिळेल एखाद्या वेळेस.

दुर्वेगुरुजी : अर्धा दिवस. तेवढी शक्यता आहे.

हणमंते : तेवढीच मी म्हणतो... निघेल नोटीस. मला नक्की वाटतंय. प्यून ज्याअर्थी बोललाय, त्याअर्थी –

कुलकर्णी : शुक्... कुणीतरी येतंय. कदाचित नोटीस असेल.

(सगळेजण दरवाज्याकडे पाहतात. क्षणभर गाढ शांतता. मग एक मुलगा येतो.)

दुर्वेगुरुजी : काय रे? का आलास तास सोडून?

मुलगा : सर, आज सुट्टी आहे?

दुर्वेगुरुजी : कशाबद्दल?

मुलगा : गोखलेसर म्हणाले, कुणीतरी मेलंय म्हणून. हो सर?

हणमंते : हो. का?

मुलगा : मग सुट्टी आहे सर?

जोशी : तुला काय करायचंय रे?

मुलगा : आमची ट्रीप आहे सर. गोखलेसर म्हणाले, कुणीतरी मेलं असेल नक्की अन् सुट्टी असली, तर आपण काढू या छोटीशी ट्रीप.

दुर्वेगुरुजी : शहाणा आहेस! वर्गात हेच आता चाललंय का रे?

मुलगा : सगळ्या वर्गात चाललंय सर.

हणमंते : गोखलेसर काय करताहेत रे?

मुलगा	:	स्वस्थ बसलेत सर. आम्हाला म्हणाले, आत्ता होईलच सुट्टी. तोपर्यंत वाचीत बसा.
दुर्वेगुरुजी	:	छान छान!... चल, जा वर्गात (मुलगा जातो.) काय कार्टी आहेत पण. इकडं धडधडीत माणूस मेलंय अन् यांची लगेच ट्रीपची घाई सुरू. वा!
हणमंते	:	पण गोखल्यांना तरी काही सेन्स असावा? का पोरांबरोबर लागले तेही नाचायला?
दुर्वेगुरुजी	:	आता बघा म्हणजे झालं.
जोशी	:	हेच सगळं चुकतंय. आपल्याला अजून पत्ता नाही अन् इकडं पोरांपर्यंत ही बातमी जाऊन पोचली. मघाशी दहा मिनिटांच्या सुट्टीतच काही कार्टी दप्तर घेऊन घरी गेलीसुद्धा.
कुलकर्णी	:	तुम्हाला कसं माहीत?
जोशी	:	आमच्याच वर्गातली ना ती? माझा चौथा तास आत्ता तिथंच होता ना! बाकीची कार्टी आली विचारायला पळत. सर, आम्ही पण जाऊ का? कुणीतरी मेलंय म्हणे अन् सुट्टी मिळणार आहे.
कुलकर्णी	:	मग?
जोशी	:	मग काय? म्हणलं, काय वाटेल ते करा जा. मला विचारू नका. हो, उद्या हेडमास्तरांनी विचारलं म्हणजे माझं नाव सांगायची कार्टी... चौथ्या तासाला वर्गात जातोय तर काय?
दुर्वेगुरुजी	:	काय झालं?
जोशी	:	सबंध वर्ग मोकळा. पाच मिनिटे वाट पाहिली अन् इकडं निघून आलो झालं. चौथा तास ऑफ नाहीये खरं म्हणजे मला, पण ही पोरं म्हणजे– (तपकीर ओढतात.)
दुर्वेगुरुजी	:	शाबास! हे बरं केलंत बाकी. अशीच खोड मोडली पाहिजे.
कुलकर्णी	:	पण नोटीस कशी नाही अजून?
हणमंते	:	येईल.
देशपांडे	:	कालच काढून ठेवून बोर्डावर लावली असती, तर बरं झालं असतं.
हणमंते	:	देशपांडे... वह्या तपासा.
देशपांडे	:	झाल्याच. पाच-सातच उरल्यात. (वह्या तपासू लागतात.)
जोशी	:	कुणीतरी येतंय बरं का. आली वाटतं नोटीस!
हणमंते	:	शू:! जरा गप्प बसा.

(सगळेजण दरवाज्याकडे पाहत राहतात. पुन्हा शांतता. थोड्या वेळाने एक फाटक्या कपड्यातला माणूस आत डोकावतो. सगळेजण त्याच्याकडे टकामका पाहतात.

मग एकाला त्याची ओळख पटते.)

जोशी : भेळवाला का रे तू?

भेळवाला : हो ना साहेब.

हणमंते : फाटकाबाहेर गाडी असते ती?

भेळवाला : व्हय सायेब.

जोशी : काय काम आहे रे?

भेळवाला : एक इचारायचं होतं सायेब.

जोशी : काय, बोल ना.

दुर्वेगुरुजी : आपल्याला काही भेळ चालत नाही. त्रास होतो गड्या. अहाहा!... पोट असं गुबारलंय. (पोट चाचपतात.)

हणमंते : या वयात गॅस्ट्रिक ट्रबल्स होतातच सुरू. मला आहे ना!

जोशी : अरे, बोल ना–

भेळवाला : कुणी तरी मेलं सायेब शाळेत?

दुर्वेगुरुजी : शाळेत? भले पठ्ठे!

जोशी : शाळेत नाही. शाळेचं.

भेळवाला : कोण साहेब?

हणमंते : ते आम्हालाही ठाऊक नाही.

भेळवाला : पण कुणीतरी–

दुर्वेगुरुजी : नक्की मेलं. का?

भेळवाला : मग सुट्टी मिळेल शाळेला सायेब आज?

जोशी : मिळेल एखाद्या वेळेस.

भेळवाला : आमाला वर्दी असली म्हंजे बरं असतं सायेब.

हणमंते : ते कसं काय?

भेळवाला : आता पाचवाच तास मधी ऱ्हायला ना सायेब? मग मधली सुट्टी की हो.

जोशी : बरं मग?

भेळवाला : आत्ता ह्यो कांदा कापायला घेतला अन् पोरं म्हणाली, सुट्टी हाये, सुट्टी हाये. तरी चार कांदं कापून झालंच. म्हनलं आधी इचारावं. मग फुडं कांदा कापावा. सुट्टी असली ना सायेब खपत न्हाई माल. बरं, नाशिवंत काम. कुटवर ऱ्हायचा?

हणमंते : हां, हे खरं आहे.

भेळवाला : मग कापू का कांदा, का नगो?

दुर्वेगुरुजी : कापू नकोस. फोड एक-दोन अन् हेडमास्तरांच्या नाकाला लाव. सुट्टी दिली तर त्यांना लागेल.

भेळवाला :	म्हंजे कसं कसं म्हणता सायेब?
हणमंते :	ए बाबा, तू जा. उगीच नादी लागू नकोस कुणाच्या इथं. सुट्टी देणार हेडमास्तर. आम्ही काय सांगावं बाबा तुला?
भेळवाला :	तरी पण लई करून काय हुईल?
हणमंते :	आता तुला कसं काय सांगावं, मला काही कळत नाही.
भेळवाला :	मागे मी त्या शाळेकडं हुतो ना सायेब, तिकडं कुणी मेलं अन् सुट्टी मिळाली की – मास्तरलोक माजी राहिलेली समदी भेळ घ्यायचे सायेब अन् खायाचे.
जोशी :	आम्हाला नको आहे. पळ. उगीच डोकं खाऊ नकोस. (भेळवाला जातो.) काय माणूस आहे! इकडं माणूस मेला अन् याला पडलीय कांद्याची काळजी. आहे का नाही अकलेचा कांदा?
दुर्वेगुरुजी :	धंद्यापुढं माणुसकी काही राहिलीच नाही. ज्याची त्याची आपली घोडं पुढं दामटायची घाई.
देशपांडे :	पण भेळ फक्कड करतो हां, हा भेळवाला. तुम्ही खाल्ली नाहीत कधी?
कुलकर्णी :	नाही बुवा.
देशपांडे :	मग आज खायची का?
हणमंते :	देशपांडे,... वह्या झाल्या सगळ्या?
देशपांडे :	जवळजवळ झाल्याच, झाल्याच म्हणजे काय, एक गठ्ठा संपला.
हणमंते :	दुसरा घ्या.
देशपांडे :	हा घेतोच.
हणमंते :	तपकीर पाहिजे?
देशपांडे :	छे: छे:! नको बुवा (पुन्हा एक शिंक)
कुलकर्णी :	अरेरेरे... जरा बाजूला. हे फीचे आकडे सगळे जातील पुसून. बसावं लागेल आम्हाला ठणाणा करीत.
दुर्वेगुरुजी :	जोशीबुवा... अजून सुट्टीचा पत्ता नाही. पाचव्या तासाला जावं लागतंय काय!
जोशी :	दिसतंय लक्षण.
दुर्वेगुरुजी :	तुमचा वर्ग सोडून तुम्ही मोकळे झालात. आमची बोंब आहे. आपण आत्ता गेलो वर्गावर तरी काही घेणार नाही. आधीच सांगून ठेवतो.
जोशी :	आज 'मूड' लागणंच शक्य नाही. प्रसंग काय अन् आपण शिकवणार काय? कसं लक्ष लागेल? पण मुलांनी विचारलं, तर नाव आपलं निदान माहीत असू द्या.
दुर्वेगुरुजी :	ते हेडमास्तरांनाच विचारायला पाहिजे.

हणमंते : नोटीस निघालीच तर आपोआपच नाव येईल म्हणा त्यात. (आवाजाचा कानोसा घेऊन) शु:! कोणीतरी येतंय बरं का–

(पावले वाजतात आणि सगळ्यांचे लक्ष पुन्हा दरवाजाकडे लागते. पुन्हा स्तब्धता. एक पालकाप्रमाणे दिसणारे गृहस्थ धिम्मेपणाने आत येतात. सगळ्यांना उद्देशून एकच नमस्कार करतात.)

जोशी : (नमस्कार करीत) काय पाहिजे आपल्याला?

पालक : आमचा मुलगा आहे, तुमच्या शाळेत. दहावीला आहे.

जोशी : (पोक्तपणाने) – अस्सं!... काय नाव?

पालक : डोईफोडे. सतीश डोईफोडे.

हणमंते : हो हो, आलं लक्षात. भारी कारटं– (जीभ चावतात.)

पालक : काल मला म्हणाला की आज शाळेला सुट्टी आहे म्हणून. का म्हणून विचारलं तर म्हणाला, कुणी तरी मास्तरपैकी मेलं म्हणून. मला काही खरं वाटेना. म्हणून समक्ष चौकशी करायला आलोय.

(सगळे टकामका एकमेकांकडे पाहतात.)

दुर्वेगुरुजी : मास्तरपैकी मेलं म्हणाला तो?

पालक : होय ना. मला जरा शंका आली–

दुर्वेगुरुजी : अन् कालच सांगितलं म्हणता त्यानं?

पालक : काल संध्याकाळीच बोलला.

जोशी : कमाल आहे! मास्तर तर सगळे हजर आहेत. बहुतेक कुणी मेलेलं नाही.

हणमंते : बहुतेक काय, नाहीच.

पालक : म्हणजे कुणीच मेलंबिलं नाही ना? तरी मला वाटलंच–

हणमंते : नाही, तसं मेलंय. पण ते मॅनेजिंग कमिटीतले–

पालक : कोण?

हणमंते : (डोके खाजवीत) कोण बुवा? नाव नाही आठवत... मला वाटतं, दामले नाव त्यांचं.

देशपांडे : अहो, मग ते मघाशीच म्हणालो. ते कोपऱ्यावरचे ना?

दुर्वेगुरुजी : दामले नाहीत हो. दुसरेच कुणीतरी आहेत. नाव तितकंसं लक्षात नाही आमच्या.

पालक : पण सुट्टी आहे आज? वर्गात तर मुलं दिसताहेत थोडीथोडी.

हणमंते : सुट्टी– सुट्टी मिळेल बहुतेक. येईलच नोटीस.

पालक : मग ठीक आहे. मला वाटलं, खोटं सांगितलं की काय त्यानं बेमालूम. सध्या जरा संगत चांगली नाही त्याला. मी वॉच ठेवूनच आहे म्हणा. पण तुमचंही लक्ष असू द्या.

दुर्वेगुरुजी : वा, वा! अवश्य.

पालक :	मग जाऊ का मी? ऑफिसला दांडी मारून आलोय. जायला पाहिजे लवकर.
दुर्वेगुरुजी :	काही काळजी करू नका. बराय... नमस्कार (पालक जातात.) हणमंते, हे कारटं भलतंच हुशार दिसतंय.
हणमंते :	कशावरून?
दुर्वेगुरुजी :	ते माजी सेक्रेटरी का चेअरमन मेले आज सकाळी.
हणमंते :	बरं मग?
दुर्वेगुरुजी :	अन् यानं बापाला ही बातमी काल संध्याकाळीच सांगितली! कमाल आहे.
देशपांडे :	एखाद्याला 'इंट्यूइशन' असते म्हणतात.
हणमंते व कुलकर्णी :	देशपांडे...
देशपांडे :	काय?
हणमंते व कुलकर्णी :	वह्या तपासून झाल्या?
देशपांडे :	छे: हो! आत्ताच तर दुसरा गट्ठा उघडलाय.
हणमंते व कुलकर्णी :	उघडा. वह्या तपासा.
जोशी :	कारटं बदमाश दिसतंय पक्कं.
दुर्वेगुरुजी :	प्रश्न आहे काय?... धडधडीत बापाच्या डोळ्यात धूळ फेकतोय लेकाचा. आता काय करावं? ही नवी पिढी अशी वाहावतेय... आमच्या वेळी टाप नव्हती असं काही करायची. छ्या: छ्या:!... एकदा अहो चोरून बिडी ओढताना पकडलं वडिलांनी आमच्या, तर असा चोप दिलाय म्हणता. पुन्हा बिडीचं नाव नाही वडील जिवंत असेपर्यंत– घरचं वळण नाही, हा त्याचा अर्थ.
हणमंते :	चालायचंच... सिन्सिरिटी ही चीजच राहिली नाही. मुलं काय, अन् मोठी माणसं काय... नोटीस अजून नाही आली हा दुर्वेगुरुजी.
दुर्वेगुरुजी :	गुरुजनांबद्दल आदर नाही!– ऑं– नोटीस म्हणताय? मी काय सांगितलं पहिल्यांदाच तुम्हाला? सुट्टी मिळणार नाही. हेडमास्तर आपला एक नंबरचा हलकट आहे.
कुलकर्णी :	इथून नोटीस निघाली तरी ती सबंध शाळेत फिरायची. म्हणजे आणखी अर्धा तास पाहिजे.
जोशी :	नाही, पण अर्जंट असलं काही तर तासाचे टोल देऊन मग गजर करतात. तसंच होईल एखाद्या वेळेला.
दुर्वेगुरुजी :	काही सांगू नका.
कुलकर्णी :	पण मी म्हणतो, नोटीस काढून काढायची, तर ती वेळेवर काढायला काही हरकत आहे का? आता चौथा तास संपलाच जवळजवळ.

हणमंते : मला वाटतं, असं करावं त्यापेक्षा.

कुलकर्णी : कसं?

हणमंते : जे मेले म्हणजे नक्की सुट्टी मिळेल अशा माणसांची यादी करावी एक – व्ही.आय.पीज्... अन् एकदाच नोटीस काढून टाकावी की 'या यादीतील कुणी जरी मेले तरी शाळेला त्या दिवशी सुट्टी आहे, असे समजावे.' काय? कशी कल्पना आहे?

दुर्वेगुरुजी : उत्तम आहे. हेडमास्तरांना सांगा.

जोशी : अन् त्यांचही नाव यादीत घाला.

हणमंते : म्हणजे आम्ही मेलो! शहाणेच आहात. आपली एक कल्पना सांगितली... (दुसरा एक मुलगा येतो.)... कोण मेलं म्हणून विचारायला आलास ना?

मुलगा : (बिचकून) नाही सर. लेले सर म्हणाले, मला भेट मधल्या सुट्टीच्या आधी. म्हणून आलो... मला माहीत नाही सर काही.

हणमंते : लेले सर वर्गावर आहेत. तास संपल्यावर ये. पळ... आता का उभा राहिलास?

मुलगा : पण– कोण मेलं सर खरंच?

दुर्वेगुरुजी : आमची आजी. का?

मुलगा : (पोट धरधरून हसतो.) – चेष्टा करताय सर तुम्ही.

जोशी : विद्वान आहेस. जा.

हणमंते : मेलंय कुणी तरी. आम्हाला तरी कुठं ठाऊक आहे? मेलंय एवढं खरं.

मुलगा : मग सुट्टी केव्हा मिळणार सर?

दुर्वेगुरुजी : तेराव्या दिवशी. सगळ्यांनी जेवायला जायचंय... चल हो, चालता. (मुलगा जातो.) बघा, बघा एकेक नमुने. कुणी मेलं म्हणलं की आधी पहिला प्रश्न- सुट्टी केव्हा? लख्ख काम!

हणमंते : नोटीस आली असती म्हणजे घरी गेलो असतो हो लवकर. जरा अडचण आहे म्हणून, एरवी–

जोशी : आम्हालाही कामं आहेत.

कुलकर्णी : सव्वातीनचं पिक्चर सापडलं म्हणजे बरं हो.

दुर्वेगुरुजी : काही रागरंग दिसत नाही. मी सांगितलं नाही तुम्हाला?

देशपांडे : 'आमुची प्रिय शाळा'– झाला सगळा निबंध निम्मा तपासून. सुट्टी मिळाली, तर आज सबंध पन्नासाचा गठ्ठा हाणतो बघा.

हणमंते : हाणा. हातशिलाई नको मात्र. मशीनशिलाई लावायची म्हणजे दोन तासात गठ्ठा.

दुर्वेगुरुजी : कंटाळा आला. चौथा तास अजून संपला कसा नाही बुवा? (घंटेचा टोल ऐकू येतो.) – आँ? – एक– (उठून उभे राहतात. मोजतात. पुढे दर टोलागणिक एकेक उठून उभा राहतो आणि मोजतो–)

दुर्वेगुरुजी, जोशी : दोन

दुर्वेगुरुजी, जोशी : तीन

दुर्वेगुरुजी, **जोशी, हणमंते, कुलकर्णी** : चार

(गजर होतो.)

सगळे : (एका सुरात) हेऽऽ!... सुट्टीऽऽ! (टाळ्या...)

(पडदा पडतो)

□

निरोगी दवाखाना

(डॉक्टर धडपडे यांचा दवाखाना. बाहेरची खोली. एका कोपऱ्यात डॉक्टरांचे टेबल आणि खुर्ची. त्याच्याजवळच भिंतीला लागून एक-दोन खुर्च्या आणि बाक. दुसऱ्या बाजूलाही एक मोठा बाक. डॉक्टरांच्या खुर्चीच्या बरोबर पाठीमागे कंपाउंडरची खिडकी. पलीकडे आत जाण्याचा दरवाजा. उजव्या बाजूला रस्त्याकडचे दार. डॉक्टरांच्या टेबलावर दोन लठ्ठ पुस्तके, केसपेपर्स आणि इतर किरकोळ वस्तू दिसतात. भिंतीवर दोन-तीन चित्रविचित्र कॅलेंडरे, 'हिवतापाचे निर्मूलन करा' यासारखी एखादी सरकारी भित्तिपत्रिका. एखाद्या गुटगुटीत बाळाचे चित्र आणि त्याखाली ट्रिप्लिकेट इंजेक्शनची जाहिरात. वरच्या बाजूला एक मोठे घड्याळ.

सगळीकडे शुकशुकाट आहे. नाही म्हणायला कंपाउंडर एकबोटे तेवढा आत-बाहेर करतो. आतल्या खोलीत बाटल्या हलवल्यासारखे, फोडल्यासारखे आवाज येतात. मग बाटल्यांचे तुकडे घेऊन तो बाहेर येतो आणि बाहेरच्या दाराने बाहेर जातो. मिनिटभराने पुन्हा हात झाडीत झाडीत आत येतो. ही सगळी क्रिया चालू असताना तो कसले तरी सिनेमातले गाणेही गुणगुणतो आहे. आत आल्यावर गाणे म्हणत म्हणतच तो टेबलावरचे कागद उचलतो आणि फुंकर मारून खाली ठेवतो. उडालेल्या धुळीने त्याला चांगला ठसका लागतो.)

एकबोटे : (ठसक्याने खोकत) 'एक दिलके हजार हुये'– काय खकाण उडलाय. रोज झाडतोय तरी धूळ आहेच– छ्या:! छ्या:! 'कोई इधर गिरे, कोई उधर गिरे'– (चाहूल लागते.) कोण आहे?

मोडवाला : (खांद्यावर गाठोडे टाकून बाहेरच्या दरवाजातून आत येतो.) रामराम

साहेब.

एकबोटे : (आनंदाने) रामराम. या या, आत या. बसा. बाकावर बसा.

मोडवाला : हाय, बरा हाय हितंच.

एकबोटे : नाही नाही, बसा बाकावर. अहो, बाक कशाला केलेत मग? हं अस्सं!–

मोडवाला : डॉक्टरसाहेब कुठं हायेत?

एकबोटे : येतील एवढ्यात. पेशंट पाहायला गेलेत. काय होतंय?

मोडवाला : आपल्याला काय नाय बा.

एकबोटे : हात्तिच्या! मग कशाला आलाय?

मोडवाला : डॉक्टरनाच भेटायचयं.

एकबोटे : ते झालं हो. पण काय, काम काय आहे?

मोडवाला : रिकाम्या बाटल्या देत्यात का इचारायला आलो हुतो मी.

एकबोटे : (गोंधळात पडतो.) रिकाम्या बाटल्या?

मोडवाला : मग? भरलेल्या बाटल्या काय करायच्यात आपल्याला?

एकबोटे : रिकाम्या बाटल्या घेऊन काय करणार बुवा तुम्ही?

मोडवाला : आमचा धंदाच हाय ना दादा. रिकाम्या बाटल्या, रद्दी, फाटकी पायताणं इकत घेयाची अन् इकायची.

एकबोटे : (डोक्यात प्रकाश पडून) म्हणजे तू मोडवाला आहेस का काय?

मोडवाला : हो ना दादा.

एकबोटे : लेका, मग बाकावर बसायला तुला कुणी सांगितले? ऊठ ऊठ, पेशंट लोक बसायचं बाक आहे ते.

मोडवाला : (उठत) तुमीच तर बशिवलं मला.

एकबोटे : कुणी सांगितलं रे तुला इथं रिकाम्या बाटल्या आहेत म्हणून?

मोडवाला : गल्लीतली माणसं म्हणाली.

एकबोटे : काय म्हणाली?

मोडवाला : आता आमाला काय म्हाईत? म्हणाली की हितं डागदारचा दवाखाना हाये. काय चालत न्हाई फालत न्हाई. डागदर अन् त्याचा मानूस भुतावानी उगीच बसल्यात एकलं. समद्या बाटल्या रिकाम्याच हायेती. जा म्हणले घेऊन ये जा. सस्तात मिळंल लाट म्हणले.

एकबोटे : म्हणून तू आलास? शहाणा आहेस फार. चल नीघ.

मोडवाला : बाटल्या तेवढ्या दिल्या असत्या म्हणजे बरं झालं असतं.

एकबोटे : चल नीघ. बाटल्या मागतोय. गल्लीतले लोक महा डामरट. ते काहीतरी सांगतात अन् तू आलास लगेच धडपडत इथं.

मोडवाला : व्हय. व्हय. धडपड आसच काय तरी नाव सांगितलं त्येनी डॉक्टरचं.

एकबोटे : आता जातोस मुकाट्यानं का फोडू एखादी बाटली तुझ्या टाळक्यावर? चल नीघ.

मोडवाला : आता? ह्यो जुलूमच झाला मग?...! बरं डॉक्टर आले म्हंजे यीन पुन्हा मी.

एकबोटे : डॉक्टरांपाशी काय गाठोडे आहे काय? चल चालू लाग. (मोडवाला जातो.) काय पिडा आहे!... 'एक दिलके तुकडे हजार हुये'... 'एक बाटलीके तुकडे'– (गाणे म्हणत म्हणत आत जातो. बाहेरच्या दाराने दहा-बारा वर्षांचे पोरगे प्रवेश करते. इकडे तिकडे बघून आतल्या दरवाज्यापाशी येऊन डोकावते.)

मुलगा : (हाक मारून) आन्ना– अहो आन्ना–

एकबोटे : (आतूनच) कोण आहे? आलो आलो. बसा बाकावर (बाहेर येतो.) कोण गंप्या? का आलास रे इथं?

मुलगा : आन्ना, आई म्हणाली की, दवाखान्यात जा.

एकबोटे : कशाला?

मुलगा : म्हणाली, आठ आणे आन. घासलेट संपलंय.

एकबोटे : घासलेट संपलं? छान! आईला म्हणावं, आनंद आहे. फार बरं वाटले म्हणावं. जा आईला जाऊन सांग जा. पळ.

मुलगा : आठ आणे द्या की पण. मी सांगतो.

एकबोटे : आठ नवे पैसे नाहीत माझ्याजवळ. जा आईला सांग जा, 'घासलेट-बिसलेट कुछ नही' म्हणून सांग. पळ.

मुलगा : (हात पसरून) आठ आणे– मग सांगतो.

एकबोटे : काय कटकट आहे रे तुझी? इथं म्हणावं, पैसा नाही दातावर मारायला. एक पेशंट नाही दवाखान्यात, पगाराचा पत्ता नाही. सगळी बोंब, अन् तू आठ आणे मागतोस होय रे? मिळत नाहीत म्हणावं. जा. आईला सांग. पळ... आता का उभा राहिलाहेस कोडग्यासारखा? सांग म्हटलं म्हणजे सांगायचं काम करावं.

मुलगा : सांगतो ना, पण आठ आणे.

एकबोटे : तू हलायचा नाहीस. आईचाच पोरगा तू. भारी चिकट जात बुवा. (कमरेची अधेली काढतो.) हं, घे हे आठ आणे. काय आणायचे ते आण म्हणावं. घासलेट आण नाही तर आम्लेट आण... जरा बिडीकाडीला ठेवावे म्हटले चार पैसे, तर ही भुणभुण. जा, आण घासलेट. पेटवा म्हणावं एकदा, काय पेटवायच असेल ते. हं, नीघ आता.

मुलगा :	बरं. (जातो.)
एकबोटे :	(दाराजवळ जाऊन) नीट जा पायऱ्या उतरून. सावकाश, खाली बघून जा. हा, पळ. (परत आत येत) तेवढेच ठेवले होते. तेही गेले. आता एक विडी आणायची म्हणजेसुद्धा – 'एक दिलके टुकडे हजार हुये –'

(डॉक्टर धडपडे प्रवेश करतात. उमर वर्षे तीस-बत्तीस. अंगातील सूट मूळचा उत्तम, पण आता जरा मळलेला. खिशातून स्टेथॉस्कोप डोकावतो आहे.)

धडपडे :	(खुर्चीवर बसत) – एकबोटे, आज दवाखाना वेळेवर उघडलास ना?
एकबोटे :	तर! नऊला म्हणजे नऊला. एक मिनिट मागं पुढं नाही.
धडपडे :	सगळं झाडणंबिडणं झालं?
एकबोटे :	कंप्लीट. दोन्ही खोल्या झाडल्या. झालंच तर सगळ्या औषधाच्या बाटल्या झाडून काढल्या. कपाट, टेबलखुर्ची, वरचे केसपेपर्स. सगळं क्लीअर काम आहे साहेब.
धडपडे :	(उत्सुकतेने) कुणी आलं होतं?
एकबोटे :	अहं, एक माणूस नाही.
धडपडे :	(खालच्या सुरात) एकसुद्धा नाही?
एकबोटे :	एक नाही, अर्धा नाही, कोणी नाही.
धडपडे :	(सुस्कारा सोडून) चार महिने झाले का रे आपण दवाखाना उघडून?
एकबोटे :	जास्तच झाले असतील साहेब. दिवाळीला नाही का दवाखाना उघडला आपण? दिवाळी पाडव्याला. आता फाल्गुन चाललाय.
धडपडे :	(बोटे मोजीत) नोव्हेंबर, डिसेंबर, जानेवारी, फेब्रुवारी अन् मार्च. चार साडेचार महिने झाले. अजून काही प्रगती नाही.
एकबोटे :	होईल हळूहळू. म्हणजे काय आहे, इथली वस्ती वाईट आहे. डामरट लोक नव्या लोकांना कधी हात द्यायचे नाहीत.
धडपडे :	गल्लीतल्या सगळ्यांना आपण तीर्थप्रसादाला बोलावलं होतं ना रे?
एकबोटे :	सगळ्यांना. बायकापोरं घेऊन सगळे प्रसादाला येऊन गेले की, पण एक हरामखोर औषधाला काही आला नाही. सगळे फुकट शिरा खाऊन तेवढे गेले.
धडपडे :	मला वाटतं, एकबोटे, रोगी मिळविण्यासाठी आपण काही तरी प्रयत्न केले पाहिजेत. ही अशी नुसती वाट पाहून किती दिवस चालेल?
एकबोटे :	ही सगळी वस्ती आहे ना साहेब, तीच वाईट आहे. इथं रोगीच कुणी नसतो. सगळे लेकाचे टुणटुणीत. मारामाऱ्या, भांडणे, चोऱ्या, पळवापळवी- इतका व्यायाम रोज असल्यावर कोण आजारी पडणार?

तुम्हीच सांगा.

धडपडे : मग बाकीच्या दवाखान्यात कसे लोक जातात? तो बोंद्रे – पलीकडच्या चौकात कसली गर्दी असते बघितलीस?

एकबोटे : (गंभीरपणे) ती वशिलेबाजी साहेब. निव्वळ वशिलेबाजी.

धडपडे : म्हणजे काय?

एकबोटे : तो बोंद्रे डॉक्टर हितलाच आहे साहेब. सबंध गल्ली ओळखीची. बरं, दवाखाना काढून दहा वर्षं झाली. मारला वशिलान काय!

धडपडे : (उठून इकडे तिकडे फेऱ्या घालतात) हे असलं चऱ्हाट मला सांगू नको. आपल्यालाही गिऱ्हाईक मिळालं पाहिजे. मग तुला कशासाठी नेमलाय मी? इथला गल्लीतला राहणारा माणूस ना तू?

एकबोटे : कबूल आहे.

धडपडे : मग? नुसता कंपाउंडर नाहीस तू. रोगी आणायचंही काम आहे तुझं. किती दिवस पदरमोड करीत बसायचं.

एकबोटे : मी तरी काय करणार साहेब? लोक इथं यावेत म्हणून थोड्या का लटपटी केल्या मी? त्या बोंद्र्याच्या अंगाला कोड आहे, तिकडं जाऊ नका म्हणून सगळीकडं उठवलं. झालंच तर गल्लीतल्या दोन दादांत भांडणे लावून दिली.

धडपडे : ती कशाला?

एकबोटे : मी बरोबर खुबी केली होती साहेब. दोघेही आहेत गलेलठ्ठ. मारामारी सुरू झाली म्हणजे दोघांचीही डोकी फुटल्याशिवाय गप्पच बसत नाहीत. आठ-पंधरा दिवस ड्रेसिंग. ताप, औषध. नेहमी चालतं त्यांचं. म्हणून मुद्दाम भांडणं लावून दिलं मी. कालचीच गोष्ट.

धडपडे : मग काय झालं काय? मारामारी झाली की नाही?

एकबोटे : झाली ना साहेब. जोरात झालीन काय. त्यानं ह्याच्या टाळक्यात काठी घातली. मग ह्यानं त्याच्या छाताडात गुद्दा हाणला. (अभिनय करून दाखवतो.) मग त्यानं ह्याला उचललं अन् रस्त्यात कुचललं. मग ह्यानं त्याच्या जबड्यावर ठोसा हाणला. दोघेही रक्तबंबाळ!

धडपडे : (उत्सुकतेने) मग? आपल्या दवाखान्यात घेऊन यायचं की नाही त्यांना?

एकबोटे : तोच विचार होता माझा, पण थोडक्यात गाडं फसलं. हाणामार करता-करता दोघेही पलीकडच्या चौकात गेले. तिथनं लोकांनी बोंद्र्याच्या दवाखान्यात नेलं त्यांना.

धडपडे : म्हणजे पुन्हा बोंद्र्याचेच पेशंट वाढले.

एकबोटे :	बघा ना साहेब, काय व्याप आहे–
धडपडे :	(सात्त्विक संतापाने) आपल्या दवाखान्यात धडपडले असते, तर आम्ही काय त्यांच्या टाळक्यांना पट्ट्या लावल्या नसत्या? चोर साले.
एकबोटे :	आता बघा म्हणजे झालं.
धडपडे :	का कापडाच्या पट्ट्यांऐवजी लोखंडाच्या पट्टा ठोकल्या असत्या?
एकबोटे :	अन् मलम लावायच्या ऐवजी तेल सोडलं असतं टाळूवर? गाढवच आहेत झालं!
धडपडे :	जाऊ दे. त्यांचं नशीब त्यांच्याबरोबर. पुढं काय करायचं बोल.
एकबोटे :	आता मी तरी काय सांगणार साहेब? तरी मी माझ्या परीनं रोज खटपट करतो. परवा मंडईतनं चार डझन केळ्याच्या साली आणून समोर, चौकात सगळीकडे टाकल्या.
धडपडे :	केळ्याच्या साली.
एकबोटे :	केळ्याच्या साली हो. मुद्दाम टाकल्या. म्हणजे, एखादा तरी जाणारा-येणारा असा सुळकन घसरेल अन् त्याचं तोंड फुटेल – सबंध दिवसात एक, मी म्हणतो. जास्त नाही.
धडपडे :	मग? त्याचं काय झालं?
एकबोटे :	(निराशेने) काय व्हायचंय? एक हरामखोर सालीवरनं घसरला असेल तर शपथ. अगदी तिथं येईपर्यंत वर आभाळाकडं लक्ष. पण साल आली की, खाली नजर. अश्शी टुणकन उडी मारून पसार सगळे. बरं, थोड्या वेळानं ते स्काऊटचं टोळकं आले कुठल्यातरी शाळेतलं.
धडपडे :	स्काऊट? हा, हा बरं मग?
एकबोटे :	त्यांनी सगळी सालपटं गोळा करून कचऱ्याच्या कुंडीत फेकून दिली. जसा काही दुसरा उद्योग नव्हता गाढवीच्यांना. तरी एक कार्ट घसरलंच चुकून–
धडपडे :	शाबास! मग का आणलं नाही त्याला दवाखान्यात?
एकबोटे :	ती कार्टी कसली बिलंदर! कुणी तरी फर्स्ट एडचं सामान काढून, औषध लावून, पट्टी बांधून मोकळे.
धडपडे :	म्हणजे संपलंच.
एकबोटे :	गेला खरा चान्स.
धडपडे :	एकबोटे, आता कंटाळा आला मला. चार-साडेचार महिने झाले. रोज सकाळ-संध्याकाळ इथं यायचं अन् उगीच बसून राहायचं म्हणजे काय!
एकबोटे :	आज मी दुसरी युक्ती केलीय साहेब.

धडपडे : कसली?

एकबोटे : मघाशी झाडताना दोन-चार बाटल्या फुटल्या हातातनं. कचऱ्याच्या कुंडीतच फेकून देणार होतो, पण मागाहून एक आयडिया सुचली मला.

धडपडे : तुझ्या एकेक आयडिया ऐकून कंटाळा आला मला.

एकबोटे : नाही, ही आयडिया बहुतेक जमणार साहेब. म्हणजे मी काय केलंय बरं का, सगळे काचेचे तुकडे गोळा केले अन् ते बाहेर दवाखान्यासमोर रस्त्यावर टाकून ठेवलेत.

धडपडे : हा रिकामा उद्योग कुणी सांगितला तुला आणखीन?

एकबोटे : ती माझी खुबी आहे. कुणाच्या तरी पायात एखादा तुकडा घुसल्याशिवाय राहणार नाही. पाय दोन मिनिटांत रक्तबंबाळ. समोरच दवाखाना. मग काय? उचलायचा त्याला अन् आणायचा इथं. हां, हूं करायच्या आधीच आयडीन लावून बँडेज बांधून मोकळं व्हायचं. असं फस्कलास करायचं काम की इथंच पळत आला पाहिजे गडी.

धडपडे : शहाणा आहेस फार! (बाहेर गडबड गोंधळ ऐकू येतो.) अं? कुणीतरी माणसं दिसताहेत?

एकबोटे : घुसली वाटतं काच! मी म्हणलं नाही साहेब, बरोबर गोळी बसणार ह्या खेपेला? ही बघा धा-पाच माणसं आली इकडं. नक्कीच सांगतो.

धडपडे : (घाईघाईने उठून) आयोडिन काढून ठेव. अन् बँडेज, पण –

एकबोटे : (घाईघाईने आत जात) होय साहेब.

(एकबोटे आत जातो. तेवढ्यात चार-पाच मोठी माणसे, पाच-सहा पोरे असा घोळकाच्या घोळका दवाखान्यात प्रवेश करतो. मोठी माणसं चांगली दणकट अन् रगेल दिसतात. पोरंही दृष्टीस आहेतच. त्यांचा पोषाख, इकडे तिकडे पाहणे, हातातले डफ यावरून हे सगळे स्पष्ट ओळखू येते सगळी मंडळी गल्लीतलीच आहेत हे कोणालाही ओळखू यावे.)

एकजण : (अदबीने नमस्कार करून) नमस्ते डॉक्टरसाहेब.

धडपडे : (पायाकडे नजर टाकीत) नमस्ते, नमस्ते. बसा बसा.

दुसरा : बसत न्हाई, घाई हाय साहेब.

धडपडे : कुणाला लागलंय?

तिसरा : लागलंय? काय लागलंय?

धडपडे : काच घुसली ना पायात?

पहिला : (मोठ्यांदा) छ्या:!

धडपडे : मग– मग कशाला आलात दवाखान्यात?

दुसरा :	आता शिमगा न्हाई का सायेब.
धडपडे :	(हाक मारून) एकबोटे, शिमगा आहे आज?
एकबोटे :	(बाहेर येत) होय साहेब, आज नाही, परवा आहे.
धडपडे :	बरं मग?
तिसरा :	शिमग्याची वर्गणी – हे: हे: (दात काढून हसतो.)
धडपडे :	वर्गणी? – कसली वर्गणी? (बाकावरचे एक कार्टे डफ वाजवते.) ए, इथं नाही वाजवायचं हा ते तसलं.
तिसरा :	वाजवू द्या साहेब. दिवस हायेत ते म्हणून वाजवतंय. पुन्हा वाजीव म्हनलं तरी वाजवनार न्हाई कुणी.
पहिला :	म्हंजे काय हाये साहेब, ह्या गल्लीचा रिवाजच हाये. वर्गनी करायची अन् व्हळी पेटवायची. पोरं-लेकरं आपली चा-चिवडाबी खात्यात. त्येंची हौस लई दांडगी.
एकबोटे :	बापूलाल, पण हा सगळा ताफा इथं कशाला आणलास? तू एकट्यानं यायचं. फार तर मोठी माणसं. ही पोरंटोरं दवाखान्यात आणायची नाहीत मर्दा (दुसरे पोरगे डफ वाजवते) आता? एकदा सांगितलं तर कळत नाही का रे?
दुसरा :	पोरं म्हनली, आम्ही बी बघाय येतो वर्गनी कशी आनत्यात ते. आमीबी शिकू. (तिसरे कार्टे डफ वाजवते.) ए, शिरप्या, गप की. डॉक्टर काय देत न्हाई म्हनले व्हय रे? लगी लागलास बोंबलायला ते?
पहिला :	बरं, दवाखान्यात जागाबी हाय. कोन मानूस न्हाई आन् कानूस न्हाई. मग काय बिघडलं?
धडपडे :	अरे, पण आम्ही नवीनच दवाखाना काढलाय. अजून सुरू झालेलं नाही काम. तेवढ्यात वर्गणीन-फिरगणीन –
पहिला :	ते बगा बाबा. पोरं नाराज हुत्याल. आमचं काय म्हनन न्हाई.
दुसरा :	बोंबा मारल्या भायरेनं म्हंजे आवरायला लई आवघाड काम. लई द्वाड हायती.
तिसरा :	(टेबलाजवळची खुर्ची चाचपून) डॉक्टर, खुर्ची मोडकी हाय जनु?
एकबोटे :	होय, खालचा एक पाय जरा निसटलाय.
तिसरा :	मग देऊन टाका की व्हळीला? तेवढाच लाकूडफाटा झाला पोरासोरांना.
धडपडे :	होळीला खुर्ची? शाबास!
पहिला :	मग मोडकी तर हाय.
दुसरा :	पायजे तर समद्या व्हळीच्यावर तुमची खुर्ची ठिवू. आशी उच्– (हाताने उंची दाखवतो) मग काही हाये का?

एकबोटे : शाबास! अन् कुणी पेशंट आला तर त्याला खाली जमिनीवर बसवतो. शहाणाच आहेस मोठा!

पहिला : मग वर्गनी द्या. राहू द्या खुर्ची (पोरं डफ वाजवतात.) ए, भडविच्यानो, गपा की लेकानू. तुमच्यासाठी तर चाललाय घोळ ह्यो.

एक पोरगे : (ठेक्यात) आयाबायांनो –

बाकीची पोरे : (एका सुरात) पाच-पाच शेण्या.

धडपडे : (बिचकून) शुः! गडबड करू नका. हा दवाखाना आहे.

दुसरा : ए, दिसत न्हाई का रं? ह्यो दवाखाना हाये. (पोरे डफ वाजवतात.)

धडफडे : (घाईघाईने) बरं, किती द्यावी वर्गणी?

पहिला : आता तुमच्यासारख्याकडनं काय जास्ती मागायचं? द्या दहा-पाच रुपयं.

एकबोटे : धा-पाच? काय बाबूलाल, अरे माणूस बघून तरी मागावं.

दुसरा : मग काय तुमची विच्छा आसल तसं.

धडपडे : (खिशातून कष्टाने एक रुपया काढीत) हं, हा घ्या रुपाया.

तिसरा : एक रुपाया म्हंजे लई कमी झाला सायेब? त्यो बोंद्रे डाकदर तर धा-धा रुपये देतो. गेल्याबरोबर धा रुपयांची नोट खडी.

धडपडे : बोंद्र्याची गोष्ट वेगळी आहे.

एकबोटे : त्याच्याकडे पेशंट येतात.

धडपडे : (घाईघाईने एकबोट्याकडे जरा रागाने बघत.) नाही, म्हणजे आमच्याकडे येत नाहीत असं नाही.

एकबोटे : हां. तसे येतात पण–

धडपडे : बोंद्र्यांची प्रॅक्टिस जास्ती आहे.

एकबोटे : गल्लीतलाच आहे. असणारच, त्यात काय विशेष आहे?

दुसरा : आमी कुठं न्हाई म्हनतो!...

पहिला : म्हणूनच म्हंतो एका रुपायावर न्हाई भागायचं. निदान दोन तरी पायजेत म्हंजे खूश तब्येत.

तिसरा : आस हाये सायेब ही 'जंता' हाये. जंतेला नाराज करू ने लागत. उद्या हीच मानसं तुम्हाकडे येत्याल.

धडपडे : बरं बरं, हं, हे घ्या दोन रुपये (पैसे देतात.)

पहिला : वा! डॉक्टरसाहेब, पोरालेकरांची हौस केली तुम्ही. म्हनलं न्हवतं, डॉक्टरसाहेब आपला मानूस हाय! न्हाई म्हनायचे न्हाईत!

दुसरा : म्हनलं होतं ना. आम्ही कुठं न्हाई म्हंतोय?

तिसरा : बराय डॉक्टरसाहेब.

पहिला : नमस्ते.

धडपडे : नमस्ते, नमस्ते.

दुसरा : (जाता जाता) तिवडी खुर्ची देऊन टाकली असती तर लई बेस्ट काम झालं असतं –

पहिला : देत्याल, पुढल्या व्हळीला देत्याल. जातीय कुठं खुर्ची? बराय, चला ए पोरांनो.

(सगळे लगबगीने जातात. एकबोटे त्यांना दारापर्यंत पोचवून येतो. धडपडे सुटकेचा नि:श्वास सोडतात.)

एकबोटे : (टेबलाजवळ येत) हा ताप फार आहे साहेब इथं. बरं, नाही म्हणायची सोय नाही.

धडपडे : कालच आमच्या सासऱ्याकडनं दहा रुपये आणले होते. दोन रुपये गेले.

एकबोटे : मग आता कसं करायचं?

धडपडे : (ताडदिशी) बस्स, बस्स! आता ठरवून टाकलं एकबोटे. आज पेशंटची भवानी झाली तर दवाखाना चालू ठेवायचा, नाही तर बंद. एकदम क्लोज.

एकबोटे : पेशंट काय येतील हो. थोडी वाट पाहायला पाहिजे मात्र. घाई करून कसं चालेल?

धडपडे : वाट पाहून कंटाळा आला. इथं आलं की डोकंच फिरतं माझं. किती वेळ बसायचं एकटं इथं. चार-चार तास? छट्! मुळीच शक्य नाही.

एकबोटे : पण–

धडपडे : ते काही नाही. आज एकतरी पेशंट आलाच पाहिजे.

एकबोटे : येईल हो– (कुणी तरी दारात उभे असलेले दिसते.) कोण पाहिजे?

(श्रीयुत बडगे किंचित लंगडत-लंगडत प्रवेश करतात. वय चाळीस-पंचेचाळीस. वेष बावळा. डोक्यावर काळी टोपी, शर्ट, धोतर. हातात कसल्यातरी एक-दोन वह्या.)

धडपडे : कोण पाहिजे?

बडगे : डॉक्टरसाहेब आहेत का?

धडपडे : मीच आहे.

बडगे : मग बरं झालं, देव भेटला. (बाकावर बसतात.)

धडपडे : पाय तुमचा–

बडगे : होय हो.

धडपडे : (घाईघाईने उठून) असं? छान! छान! निजा बघू. एकबोटे त्यांना जरा–

(एकबोटे पुढे सरसावतो. दोघेही मिळून बडग्यांना बळेबळेच आडवे करतात. बडगे बेसावध. 'आ? आरे, हे काय? सोडा सोडा मला–' अशी आरडाओरड ऐकू येते. त्यांच्या तंगड्या वर गेलेल्या दिसतात. एकबोटे त्या खाली आणून बजावतो-घाबरायचं कारण नाही. नुसतं तपासायचं आहे. डॉक्टर खिशातून स्टेथॉस्कोप काढतात. बडगे प्रतिकार करण्याचा निष्फळ प्रयत्न करतात. शेवटी हताश होऊन नाद सोडून देतात.)

धडपडे :	(छाती तपाशीत) नाडी बरी आहे.
एकबोटे :	हाताचीही बघा बरं. तिथं काही फरक आहे का?
धडपडे :	(पोटावर टिचक्या) पोट स्वच्छ आहे.
एकबोटे :	दात बघू? (बडगे काही हालचाल करीत नाहीत. खेकसून) अहो, दात बघू ना?... हां, अस्सं आहेत. बरे आहेत. वयाच्या मानानं...
धडपडे :	जीभ दाखवा, हं... ठीक आहे.
एकबोटे :	पाठ तपासायची का?
धडपडे :	काही जरूर नाही. पोट पाठ एकच आहे यांची.
एकबोटे :	मग ठीक आहे. हं, उठा आता. सांगा पाहू काय काय होतंय ते.

(बडग्यांना सोडतात. बडगे कसेबसे उठून नीटनेटके बसतात. त्यांना धाप लागलेली आहे.)

बडगे :	अगं आई गं.
धडपडे :	घाबरू नका. सगळे ठीक होईल. सांगतो तेवढं औषध घ्या.
एकबोटे :	आपले डॉक्टर एक्सपर्ट आहेत. पायाच्या रोगांची तर त्यांना विशेष माहिती आहे. सांगा, काय असेल ते.
बडगे :	(स्वस्थ होत) अहो, काय चालवलंय काय तुम्ही?
एकबोटे :	तपासणी? का?
बडगे :	तपासणी करायला काय मी रोगी आहे?
एकबोटे :	दिसताय तर खरे रोग्यासारखे.
बडगे :	काय चालवलाय फाजिलपणा मघापासनं? मी पेशंटबिशंट नाही. सांगून ठेवतो.
धडपडे :	मग कोण आहात?
बडगे :	मी बडगे आहे.
एकबोटे :	असाल. पण पाय मुरगळलाय ना तुमचा?
बडगे :	मुरगळलेला नाहीये. आज पंचवीस वर्षे झाली असाच आहे.
एकबोटे :	म्हणजे आता कमाल झाली. पंचवीस वर्षे लंगडताय?
बडगे :	लंगडताय म्हणजे? लंगडाच आहे मी. मला काय धाड झालीय?

धडपडे : अहो, मग दवाखान्यात कशाला धडपडलात?

बडगे : भाडं वसूल करायला.

धडपडे : भाडं? कसलं भाडं?

बडगे : (खणखणीत सुरात) या, या जागेचं भाडं.

एकबोटे : ही जागा शेठ मोतीलाल मारवाड्याची आहे.

बडगे : त्यांचाच मी कारकून आहे.

एकबोटे : अन्? मग दिसला नाहीत कधी इतके दिवस?

बडगे : तीन महिन्यांचं भाडं आगाऊ भरलेलं होतं. मग कशाला येऊ? आता चौथा महिना संपला. पाचवा लागला...

धडपडे : बरं मग?

बडगे : म्हणून भाडं वसूल करायला आलोय. भाडं द्या अन् ही पावती घ्या. लिहून तयार आहे.

धडपडे : तुमची खूप पावती तयार असेल. आमच्याजवळ भाडं पाहिजे का नको?

एकबोटे : अहो, मग आधीच का नाही बोललात तुम्ही?

बडगे : तुम्ही मला बोलू तर द्याल! एकदम धरलंत काय, आडवं निजवलंत काय. छाती काय बघितलीत. पोटावर गुद्दे मारलेत. मघापासनं दुखतंय पोट.

धडपडे : गुद्दे मारले काय? अरे वा! शहाणेच दिसताय मोठे! टिचक्या मारून बघितल्या नुसतं.

बडगे : गुद्यांना तुम्ही टिचक्या म्हणता वाटतं? मग टिचक्यांना काय म्हणता?

एकबोटे : मग तुम्ही हललात का? हललं म्हणजे होतं तसं एखाद्या वेळी. परवाचीच गोष्ट. कटिंग सलूनमध्ये एक गिऱ्हाईक कटिंग करता करता जरा हलला. जरा बरं का. त्याबरोबर कानाचा तुकडा उडाला. आहे माहीत? डोळ्यांनी पाहिलेली गोष्ट आहे.

बडगे : (उठून कपडे झाडीत) त्या फालतू गोष्टी मला काय करायच्यात? मी नोकरदार माणूस. भाडं द्या. पावती घ्या. नाही तर केव्हा देता सांगा.

धडपडे : सध्या सवड नाही म्हणून सांगा मालकांना.

एकबोटे : नाही तर असं करा, मालकांना म्हणावं तुम्ही इथनं औषधच घेऊन जा ना सरळ. बिलातनं भाडं वळतं करू. दर महिन्याला भाड्याइतकं बिल केलं म्हणजे झालं की नाही? मग काही तक्रार आहे का?

बडगे : ते तुम्हीच सांगा मालकांना. जातो मी. अगं आई गं... (लंगडत लंगडत हळूहळू निघून जातात.)

धडपडे :	(एकबोट्यांकडे रागाने पाहत)– जरा चौकशी करीत जा आधी, भाडं वसूल करायला आलेला कारकून– त्याला आपण आडवं केलं समजल्यावर तो मारवाडी काय म्हणेल आपल्याला? आपलं प्रेस्टिज जातं ना शिवाय? लोक काय म्हणतील?
एकबोटे :	आता– मला वाटलं तो रोगीच आहे म्हणून.
धडपडे :	रोगी कसला येतोय दवाखान्यात एकबोटे. खलास. दवाखाना बंद केलेला बरा. (चाहूल घेत) कोण आहे?
कु. नटवे :	(मंजूळ आवाजात) मी आहे.
धडपडे :	या, या, आत या. हे काय प्रकरण आहे आणखीन?
एकबोटे :	कुणास ठाऊक!
धडपडे :	बरं, तू आत जा. मागची दारं बंद करून घे.

(एकबोटे आत जातो. कु. नटवे लाजत-मुरडत प्रवेश करतात.)

कु. नटवे :	नमस्ते डॉक्टर!
धडपडे :	(साशंक) नमस्ते!
कु. नटवे :	माझं नाव किनई विमल. विमल नटवे.
धडपडे :	असं, असं.
कु. नटवे :	मी सिनेमात काम करते. म्हणजे काय आहे, ॲक्टिंगची मला लहानपणापासून आवड. इंटरेस्ट म्हणाना –
धडपडे :	असं असं.
कु. नटवे :	पंधरा-वीस पिक्चरमध्ये काम केलंय मी आत्तापर्यंत. 'जिजामाता', 'सासुरवाडी', 'वाट फुटेल तिकडं जा', 'माणसाची जात' ... तुम्ही पाहिली असतीलच.
धडपडे :	जिजामातेचं काम तुम्हीच केलंय का? तरी मला वाटलंच चेहरा पाहून. छान काम झालंय तुमचं.
कु. नटवे :	इश्श! मी नाही काही जिजामाता. त्या पाळण्याच्या प्रवेशात पाळण्याच्या दोरीला हात लावून उभी असते अन् 'कुणी गोविंद घ्या' म्हणते बघा. ती मी.
धडपडे :	हो हो, आता आलं लक्षात, 'अन् दुसरी कोणीतरी 'गोपाळ घ्या' म्हणते ती कोण? ती छान आहे दिसायला.
कु. नटवे :	ती गंगी आहे आपली झालं. काही येत नाही अन् जात नाही. माझं तेवढंच वाक्य आहे त्या सीनमध्ये. पण किती इंप्रेसिव्ह झालंय! डायरेक्टर तर म्हणालेत मला – ह्यातला 'गोविंद' हा शब्द फार पोएटिक वाटतो म्हणाले.

धडपडे :	होय का? असेल. माझ्या एवढं लक्षात नाही आता.
कु. नटवे :	मला 'रीटेक' म्हणून लागत नाही कधी.
धडपडे :	कल्पना येतेच सिनेमा बघताना त्याची. बरं, काय काम आहे तुमचं कळलं नाही मला?
कु. नटवे :	(हसून) इश्श! काम कसलं आलंय?
धडपडे :	म्हणजे?
कु. नटवे :	परवाच बॉम्बेहून आले मी. दोन-तीन महिने तिकडेच होते ना! शूटिंग चाललं होतं. परवाच संपलं.
धडपडे :	संपलं का एकदाचं? छान झालं!
कु. नटवे :	पाच-सहा दवस झाले मला इथं येऊन.
धडपडे :	बरं, बरं.
कु. नटवे :	मी समोरच राहते तुमच्या दवाखान्याच्या. ती-ती समोरची खिडकी बघा.
धडपडे :	कोणती? ती पिवळी?
कु. नटवे :	त्याच्या पलीकडची. ती हा, ती मोडकी. खाली कुंडी आहे पाहा. तीच. इश्श! डॉक्टर, अगदी कमाल झाली बाई! तुम्ही इथं येऊन चार महिने झाले अन् मला काही पत्ताच नाही. परवा आल्यावर बघते तर तुम्ही.
धडपडे :	हो, हो, मीच.
कु. नटवे :	(इकडे-तिकडे बारकाईने बघते.) किती छान झालं हो, तुम्ही दवाखाना काढलात इथं! मला सारखं वाटायचं, की या जागेत एखादा दवाखाना निघाला तर बरं होईल बाई–
धडपडे :	असं? का पण वाटायचं असं?
कु. नटवे :	कुणास ठाऊक? वाटायचं खरं पण.
धडपडे :	बरं, पण तुमचं काम काय आहे कळलंच नाही मला.
कु. नटवे :	इश्श! काम कसलं? म्हटलं, जाऊ या. तुमची ओळख होईल.
धडपडे :	(निराशेने) एवढंच काम?
कु. नटवे :	नाही, तसं आणखीही एक काम होतंच म्हणा.
धडपडे :	बोला.
कु. नटवे :	(टेबलाजवळच्या खुर्चीवर बसून) अलीकडे किनई डॉक्टर, माझी तब्येतच बरी नसते बघा. काही तरी होतंय, काय होतंय, कळत नाही. पण काही तरी होतंय एवढं नक्की.
धडपडे :	असं? छान छान! काही काळजी करू नका. देईन मी औषध, पण

मला नक्की सांगा, काय होतंय नेमकं तुम्हाला?

कु. नटवे : तेच तर समजत नाही. हो ना, तीच पंचाईत आहे सगळी.

धडपडे : अहो, पण मी औषध द्यायचं कसं मग?...अं... तुम्हाला थकवा वाटतो का?

कु. नटवे : होय हो डॉक्टर. हल्ली मला थकवा फार येतो हो. तुम्ही अगदी बरोबर ओळखलंत.

धडपडे : डोळ्यापुढं अंधारी येणं– चक्कर–

कु. नटवे : इश्श! तुम्ही तर डॉक्टर मनकवडेच आहात की हो! अगदी अस्सं होतं मला रोज.

धडपडे : बरं, आणखी काय काय होतं?

कु. नटवे : आता लागलं आठवायला. मला किनई डॉक्टर, कसली तरीच स्वप्नं पडतात. अन् मग छातीत इतकं धडधडतं म्हणता.

धडपडे : छाती धडधडते? म्हणजे जरा सिरिअस दिसतंय.

कु. नटवे : मग, सांगते काय मी. सिरिअसच आहे. आता आठ दिवस झाले ना मला इथं येऊन? सारखी खिडकीत बसते, तुमच्या दवाखान्याकडे बघत.

धडपडे : ते कशाला?

कु. नटवे : उगीच आपलं. बरं वाटतं मला. छातीत धडधडायला लागलं की मी आपली बघत बसते.

धडपडे : चमत्कारिकच आहे केस तुमची, बरं स्वप्नं कसली पडतात?

कु. नटवे : इश्श डॉक्टर, स्वप्नं का कधी सांगण्यासारखी असतात? मला तर बाई, स्वप्नातसुद्धा लाजल्यासारखं होतं. जागी झाले ना तरीसुद्धा पुढे अर्धा-अर्धा तास मी लाजतच असते.

धडपडे : अर्धा-अर्धा तास लाजता? वंडरफुल!

कु. नटवे : मग? तपासता ना माझी तब्बेत?

धडपडे : (चाचरत) तपासायची काही जरूर नाही दिसत मला. तुमचं दुखणं आलं लक्षात माझ्या. एकबोटे–

एकबोटे : (आतून बाहेर येत) साहेब, सगळी दार-खिडक्या बंद केल्या. आवरलंय सगळं.

धडपडे : तू इथंच थांब. इतक्यात जाऊ नकोस.

एकबोटे : काय वाटवेबाई? आहे का ओळख?

कु. नटवे : (रागाने) वाटवे नाही, नटवे. अन् बाई म्हणू नका मला.

धडपडे : तुमची ओळख आहे वाटतं?

एकबोटे :	वा! आपल्या समोरच राहतात ना? मी ओळखतो.
कु. नटवे :	तुम्हाला कुठं तरी पाहिल्यासारखं वाटतंय मला.
एकबोटे :	कुठं तरी का? ह्या गल्लीतच पाहिले असेल. मी इथंच नाही का राहत?
कु. नटवे :	होय का? (घाईघाईने) बरं मग जाते मी, डॉक्टर.
धडपडे :	अन् औषध?
कु. नटवे :	येईन मी मागाहून. पुन्हा येईन. आता जरा मला थोडं काम आहे.
एकबोटे :	या, या. सावकाश या. आम्ही आहोतच.
कु. नटवे :	बराय डॉक्टर, इश्श.
धडपडे :	बराय.
कु. नटवे :	इश्श! नमस्ते हं.
धडपडे :	नमस्ते, नमस्ते. (कु. नटवेबाई जातात. डॉक्टर, एकबोटे आश्चर्याने पाहतात.)
धडपडे :	एकबोटे, तुम्ही आलात की ही बाई लगेच निघून गेली.
एकबोटे :	जायलाच पाहिजे.
धडपडे :	जरा बिचकलेलीच दिसली.
एकबोटे :	अहो, बिचकायलाच पाहिजे.
धडपडे :	पण का?
एकबोटे :	आता काय सांगावं? अहो डॉक्टर, ही बाई सबंध गल्लीत फेमस आहे.
धडपडे :	सिनेमात काम करते आहे.
एकबोटे :	तसं नाही.
धडपडे :	मग?
एकबोटे :	(नाक उडवून) कॅरॅक्टर! आलं लक्षात? अहो, नवीन माणूस दिसलं की ओळख करून घेते. लग्न होईना. मग काय करणार? कुणाच्या तरी गळ्यात पडायला बघतेय.
धडपडे :	बापरे! एकबोटे ही गल्ली भयंकर दिसतेय!
एकबोटे :	घाबरू नका साहेब. मी इथं आहे म्हणल्यावर आता बाई यायची नाही पुन्हा.
धडपडे :	चला, म्हणजे निकाल लागला! तेवढाच एकुलता एक पेशंट आला होता तोही साफ झाला. आता दवाखाना बंद करायला काहीच हरकत नाही.
एकबोटे :	छे! छे! साहेब, दवाखाना बंद म्हणजे काय गोष्ट आहे! पेशंट काय

येतील हळूहळू, पण एवढा मोठा दवाखाना काढला तो बंद करायचा? आपल्याला नाही कबूल. मग इतकी सगळी औषधं, अन् इतक्या सगळ्या बाटल्या–

धडपडे : घाल मोडीत– (दारात माणूस दिसतो) काय पाहिजे?

मोडवाला : मी मोडवाला आहे साहेब. रिकाम्या बाटल्या, खोकी देणार असला समदा लाट एकदम, तर द्या सायेब.

एकबोटे : ए चल हकाल. सांगितलं नाही का मघाशीच तुला? पुन्हा का आलास? एकदा सांगून कळत नाही वाटतं तुला?

मोडवाला : आता हे बघा. सांगणारे सांगतात. देणारा देतोय. आन् तुमची का मधी पिरपिर इनाकारनी?

धडपडे : मला वाटतं एकबोटे, देऊन टाकावं. हा एकटा माणूस गल्लीतला बरा दिसतोय.

एकबोटे : नाही साहेब, ह्या चावट माणसाच्या नादी लागू नका तुम्ही. ए, चल चालू लाग. सांगितलं ना एकदा.

मोडवाला : गल्लीतली मानसं एक सांगतेत. तुम्ही एक सांगताय. मानसानं करावं तरी कसं समजना. आत्ताच बाबुलाल भेटला. म्हणाला, दवाखान्यातल्या खुर्च्याबी द्यायच्या आहेत–

धडपडे : काय डँबीस माणूस आहे!

एकबोटे : मग सांगतोय काय! ए, चल ना.

मोडवाला : तुमची मर्जी, जातो मी.

एकबोटे : जा. अन् पुन्हा येऊ नकोस. हकाल गाडी.

(मोडवाला जातो. त्याला पोचवायला एकबोटे बाहेर जातो. मिनिटभराने एकदम एकबोट्याची किंकाळी ऐकू येते. डॉक्टर धडपडे ताडकन उठून उभे राहतात.)

धडपडे : आँ? काय झालं बुवा?

(घाईघाईने बाहेर जातात. दोन मिनिटांनी डॉक्टरांच्या खांद्यावर हात ठेवून एका पायाने लंगडत-लंगडत एकबोट्याची स्वारी प्रवेश करते. तोंडातून विव्हळण्याचे उद्‌गार– एका पायातून रक्ताचा ओघळ वाहताना दिसतो.)

एकबोटे : केव्हा सकाळी काचा टाकलेल्या. पण एकाच्याही लेकाच्याच्या पायात नाही घुसली. अन् नेमकी माझ्या–

धडपडे : (चेहरा प्रफुल्लित) घाबरू नका एकबोटे. मी आहे.

एकबोटे : अयाई गं. डॉक्टर, अशी घुसलीय म्हणता काय. निम्मा पाय कापून निघालाय, मेलो गं...

धडपडे : हं. स्वस्थ बसा, बाकावर तिथं निजा. अनमान करू नका. पडा आडवे.

पेशंटसाठीच आहे तो बाक.

एकबोटे : (विव्हळत) डॉक्टर–

धडपडे : (बँडेज, औषध गोळा करीत) काय?

एकबोटे : आत्ता बायको थालपीठ करणार होती हो.

धडपडे : थालपीठ खायला हरकत नाही.

एकबोटे : पण आता मी घरी कसा जाणार?

धडपडे : (औषध लावून बँडेज गुंडाळीत) ठरलं. एकबोटे, तुम्ही म्हणता तसं करायचं!

एकबोटे : काय?... अयाई...

धडपडे : दवाखाना बंद करायचा नाही.

एकबोटे : खरंच?... अहाहा! किती बरं वाटलं डॉक्टर! जिवात जीव आला. आता मी सुखानं मरतो.

धडपडे : मरू नका, सुखानं घरी जा अन् थालपीठ खा.

एकबोटे : बराय... आ हा हा हा...!

धडपडे : (बँडेज पूर्ण करीत) आज पहिला पेशंट मिळाला एकबोटे. भवानी झाली. आता हरकत नाही. थोडं औषधं अन् गोळ्या देतो त्या घ्या अन् पडा. बाकी तुमची कमाल आहे हा! लोक फिती कापून उद्घाटन करतात. तुम्ही पाय कापून दवाखान्याचं उद्घाटन केलंत!...

(पडदा पडतो)

फर्स्ट क्लास वेटिंग रूम

(एका जंक्शन स्टेशनवरील फर्स्ट क्लास वेटिंग रूम. भिंतीवर रेल्वेची कसलीतरी पत्रके. मध्यभागी गोल मेज आणि त्याभोवती तीन-चार खुर्च्या. वर टांगता दिवा. भिंतीच्या तिन्ही बाजूस लांबलचक बाक. दोन-तीन आरामखुर्च्या. बरोबर मध्यावर टांगलेला फिरता पंखा. त्याच्या फिरताना होणाऱ्या खटक-खटक आवाजामुळे तो चालू स्थितीतील मोडका पंखा आहे, हे कोणाच्याही लक्षात यावे. गोल टेबलाशी स्टँडच्या उजेडात मळक्या पांढऱ्या ड्रेसातील चेकर सरकारी फायली चाळीत बसला आहे.

वेळ रात्रीची. दहा-साडेदहा झाले असावेत. बाहेर मधूनमधून कसलीतरी धावपळ चालल्याचे, लोकांच्या बोलण्याचे आवाज येतात. हा दरवाजा समोरच, पण कोपऱ्याला आहे. त्याच्याविरुद्ध कोपऱ्यात दुसरा दरवाजा दिसतो. आतल्या बाथरूमकडे जाणारा. मुख्य दरवाजाला मध्यावर मागेपुढे होणाऱ्या छोट्या फ्लॅप्स किंवा शटर्स.

एक-दोन मिनिटांनी डोक्यावर सामान घेऊन म्हातारा हमाल प्रवेश करतो. त्याच्या मागोमाग छोट्या शटर्समधून डोकावणारे डोके क्षणभर दिसते. भिरीभिरी नजरेने ते इकडेतिकडे हलते. मग हमालाने इशारा केल्यावर प्राध्यापक डोके सबंध आत येतात. त्यांची नजर पहिलटकरणीची आहे. मुद्रा, हावभाव दबकलेले; पण ते दिसू नयेत म्हणून ओढून-ताणून आणलेले चंद्रबळ. सराईत नजरेला ते सगळे लगेच ओळखू येते. चेकर एकदा मान वर करून न्याहाळतो आणि पुन्हा फायली चाळू लागतो.

हमाल एका रिकाम्या बाकावर होल्डॉल आणि सूटकेस ठेवतो.)

डोके : (नेहमीच्या खड्या सुरात) अरे, बाकावर कशाला? खाली ठेव खाली.

हमाल : (धिम्या सुरात) हितं समदे पॅसींजर वरच ठिवत्यात सामान सायेब.

डोके : नाही, ते मला माहीत नाही. बरं, बरं. वर ठेव. नीट ठेव म्हणजे झालं.

हमाल : नीटच हाये, साहेब.

डोके : मग हरकत नाही. पण काय रे – (तिकिट-चेकर त्रासिक मुद्रेने त्यांच्याकडे पाहतो आणि तोंडाने 'शु:' असा आवाज करून पुन्हा कागदात डोके खुपसतो. डोके दचकतात.) – आँ? काय झालं बुवा?

हमाल : हळू आवाजात, सायेब. हितं मोठ्यांदा बोलायचं नसतंय.

डोके : (हळूच) ते मला माहीत आहे. मलाच शिकवतोस होय उलट? फर्स्ट क्लासचं तिकीट आहे माझ्याजवळ हां. सेकंड क्लास नाही, थर्ड क्लास नाही. एकदम फर्स्ट क्लास. काय समजलास?

हमाल : व्हय, साहेब.

डोके : (बाकावर बसत) कॉन्फरन्सला जायचं म्हणजे फर्स्ट क्लासनंच जावं लागतं. त्यातून कुठल्या कुठे दिल्लीला जायचं.

हमाल : लई लांब चालला मग.

डोके : त्यातून पेपर वाचायलाय मला तिथं. मग विश्रांती नको?

हमाल : हितं फस्कलासमंधी सदमे फेपरच वाचीत बसत्यात, सायेब. तुमी आनला न्हाई फेपर हातात?

डोके : (भान न राहून मोठ्याने) – अरे, तो पेपर वेगळा... हा वेगळा.

हमाल : हळू सायेब, हळू... हितं फस्कलासमधी–

डोके : आहे, माहीत आहे.

हमाल : मला वाटलं, आपन पयलांदाच फस्कलासात आलाय जनु–

डोके : (मोठ्यांदा) – छ्या:! (पुन्हा शु:)... अरेच्या! कटकटच आहे!... म्हातारा माणूस आहेस. म्हणलं. ऐकूबिकू येत नसेल नीट. म्हणून मोठ्यांदा बोललो. आलं लक्षात?

हमाल : व्हय, सायेब.

डोके : (हातातल्या हँडबॅगमधून पुस्तक काढीत) –तुला कशावरनं वाटलं, मी नवा माणूस आहे? आँ?

हमाल : नजर हाये, सायेब. इतक्या वर्षांची नजर बसलीया ती काय चुकती व्हय? मघाशी गाडीतनं सामान काडलं का तुमचं? त्या वक्ताला तुमी हामाली इचारली का न्हाई मला?

डोके : विचारली की.

हमाल : तुमी म्हनला, 'काय घेनार आधी बोल. पटलं तर हात लाव. उगी मागनं कटकट नगं.' व्हय का न्हाई?

डोके : मी नेहमीच विचारतो.

हमाल : तवाच आयडिया आली मला.

डोके : बरं, बरं, जा आता. मी पडतो घटकाभर. अंग अगदी आंबून गेलंय.

हमाल : पडा बिनघोर, सायेब. अजून दीड-दोन घंटे टाईम हाये तुमच्या गाडीला. मी उठिवतो तुमास्नी. न्हाईतर फेपर का वाचीनात, सायेब? टाईम पास हुतो.

डोके : पेपर... पेपर राहिला गाडीत. पुस्तक आहे माझ्याजवळ. जा तू.

हमाल : शिग्नल पडला की येतो, सायेब.

डोके : बराय, (होल्डॉलला टेकून पाय पसरीत) – आ हा हा... कसं बरं वाटलं. बाकी फर्स्ट क्लास म्हणजे फर्स्ट क्लास. कटकट नाही कसली.

(पडता पडता डोके पुस्तक उघडतात. हमाल जातो आणि लगेच निळा डगला घातलेला पोर्टर आत येतो. त्याच्या काखोटीला सरकारी नोंद वही आहे. दरवाजात उभा राहूनच तो डोक्यांच्याकडे संशयाने पाहतो. डोक्यांच्या ते लक्षात येते. ते अस्वस्थ होतात. पुस्तकात डोके खुपसतात. पुन्हा आडून बघतात. थोड्या वेळाने पुन्हा चोरून बघतात. दोघांची दृष्टादृष्ट होते, तसे ते हसण्याचा निष्फळ प्रयत्न करतात.)

पोर्टर : (खाकरून जवळ येत) – साहेब.

डोके : (उसन्या अवसानाने) – काय रे बुवा?

पोर्टर : फर्स्ट क्लासची पासिंजर, सायेब?

डोके : अर्थात!

पोर्टर : ह्या वहीत नाव लिवा मग.

डोके : नाव? हां– हां, नाव-नाव, (वही हातात घेऊन) – सांग, काय नाव तुझं?

पोर्टर : माजं नाव कशाला सायेब? तुमचं ल्ह्या.

डोके : ते मला माहीत आहे. मी आपलं तुझं नाव विचारलं सहज. (नाव लिहितात.) झालं? घे.

पोर्टर : आन् तिकिटाचा नंबुर? त्यो बी ल्ह्यावा लागतो.

डोके : ॲहॅ, ॲहॅ! जसं काही मला ठाऊकच नाही... नंबर नाहीच का लिहिला मी? थांब अं. (पँटच्या पाठीमागच्या खिशातून पाकीट काढतात. पाकिटातून लखोटा. लखोट्यातून कागदाची घडी आणि घडीतून तिकीट काढून तिकीट काळजीपूर्वक हातात धरतात अन् नंबर लिहितात. पुन्हा घडी, लखोटा, पाकीट या क्रमाने तिकीट

खिशात जाते.) झालं? का आणखी काही राहिलं आहे? असलं तर आत्ताच सांग. हा मागाहून कटकट करू नकोस पुन्हा. फर्स्ट क्लासचा पॅसेंजर आहे. कंप्लेंट बुकात तक्रार करीन.

पोर्टर :	आता काय झालंच की, सायेब. (वही काखोटीला मारतो.) कुणीतरी बिगर तिकिटानं घुसतं फस्ट क्लासमधी आन् जागा आडवतं, सायेब. म्हनून इचारावं लागतं. अवं, डिवटी म्हणजे डिवटी सायेब. तिथं हरामी न्हाई.
डोके :	बरोबर आहे.
पोर्टर :	आता निवांत रेष्ट घ्या, कुनी ताप देनार न्हाई.
डोके :	बराय. (मोठ्यांदा जांभई देतात. चेकरकडून 'शु:' असा इशारा) अरेच्च्या! कटकटच आहे ही एक!
पोर्टर :	हितं मोठ्यांदा बोलायचं नसतं, सायेब. रुल आहे.
डोके :	(दबकलेल्या सुरात) ठाऊक आहे, ठाऊक आहे.
चेकर :	(कागदपत्रातून डोके वर काढीत)– अरे आसाराम– (एकदम)
पोर्टर :	(मोठ्या सुरात) – जी, सायेब.
चेकर :	ड्यूटी सुरू झाली का तुझी?
पोर्टर :	मघाशीच.
चेकर :	काशी येऊन गेली?
डोके :	(कान टवकारून) आँ?
पोर्टर :	मघाशीच. अर्धा घंटा झाला.
चेकर :	झालं. फायली म्हणजे ह्या...! बोंबाबोंब आहे. दोन घंटे झाले बघतोय. एक अक्षर समजत नाही. काशी आली केव्हा, गेली केव्हा, पत्ता नाही.
पोर्टर :	पंधरा मिंट हुती तरी, लई गर्दी. मानसाच्या अंगावर मानूस पडतंय नुस्तं.
चेकर :	अर्रर्र. बघायला पाहिजे होती.
पोर्टर :	आता रोज बगताय की.
चेकर :	म्हणून काय झालं? काशी म्हणजे (बाहेर घंटा होते. कागदपत्रं गोळा करीत) नागपूरची वेळ झाली वाटतं? चला लौकर (भराभरा उठून निघून जातो.)
डोके :	(जाणाऱ्या पोर्टरला हाक मारून) स्स... स्स... ही काशी कोण?
पोर्टर :	हळू, सायेब हितं लई मोठ्यांदा बोलायचं न्हाई.
डोके :	पण आता इथं कोण आहे?
पोर्टर :	पण रूल हाये ना, सायेब. समदे फस्ट क्लासचे पासिंजर हळूच

बोलत्यात. रातच्या टायमाला तर लय हळू.

डोके : असं का?... आमचं काय होतं, वर्गात लेक्चर द्यायची सवय लागलीय ना? दोन-दोनशे पोरं समोर. घणघणघण घंटेसारखं तोंड वाजवावं लागतं. आता सवयच लागून गेलीय. घरातसुद्धा मी असंच बोलतो बायकोशी.

पोर्टर : परवा एक लहान लेकरू आलं हुतं हितं. म्हंजे किती ल्हान? आसल सा म्हैन्याचं –

डोके : सहा महिन्याचं पोर एकटं फर्स्ट क्लासमधून आलं? आश्चर्य आहे!

पोर्टर : एकटं न्हवं सायेब. बरुबर आई हुती. सायेब हुते. पर मज्जा अशी की दूध न्हाई म्हणून रडत हुतं, तेबी बारीक आवाजात. भायेर नेलं म्हंजे भोकाड पसरायचं. पर हितं लई बारीक सूर. खानदान माणसाची गोस्टच वायली सायेब.

डोके : हां, हां, बरं– पण मघाची काशी कोण? ते राहिलेच.

पोर्टर : (एकदम हसून) फुर्रर्रर्र... आता काय करावं? तुम्हाला काय वाटलं, बाई?

डोके : मग कोण?

पोर्टर : 'काशी' म्हंजे काशी एक्स्प्रेस.

डोके : बरं-बरं. (पुस्तकात डोके खुपसतात.)

(पोर्टर निघून जातो. एक मिनिटभर थांबून डोके बाकावर बसता बसता होल्डालवर रेलतात आणि पाय पसरतात. तेवढ्यात कॉलेज विद्यार्थ्यांसारखे दिसणारे दोघे तरुण धाडदिशी दरवाजा उघडून आत प्रवेश करतात. डोके ताडदिशी उठून बसतात.)

बंडू : (हातातील छोटी बॅग बाकावर ठेवून ती उघडीत) मन्या, तू घटकाभर थांब इथं. मी आत जाऊन येतो आधी.

मन्या : पण, बंड्या, लवकर येशील ना? तर मी थांबतो. नाहीतर मी पळतो आधी.

बंडू : नाहीतर असं करू– दोघेही जाऊ एकदम. चल आटप.

मन्या : अन् ही बॅग?

बंडू : बॅग कुठं जातेय? राहील इथंच. नाहीतर हे बघतील की आपल्या बॅगेकडे. अहो... प्लीज. वील यू काईंडली?...

साहेब : या या, जाऊन या. मी आहे इथंच.

मन्या : (टॉवेल, कंगवा काढीत) प्लीज. झोपू नका हं. इथं चोऱ्यामाऱ्या फार व्हायला लागल्या आहेत अलीकडं. नाहीतर तुम्ही झोपाल अन् इकडं

आमची बॅग गुल–

बंडू : (चुटक्या वाजवीत) चलो मछिंदर –

मन्या : साबण घेतलास?

बंडू : घेतला.

मन्या : टॉवेल?

बंडू : हा काय.

मन्या : अन् कंगवा?

बंडू : आहे खिशात.

मन्या : घड्याळ पण असू दे खिशातच हो, बॅगेत ठेवायचं इथं अन् तिकडे संडासात सारखी धाकधूक.

बंडू : (डोक्यांना) तिथं आत ठेवायला जागा आहे का हो?

डोके : (त्रासिकपणे) काही कल्पना नाही.

मन्या : म्हणजे? तुम्ही अजून आत गेलेलेच नाहीत? बाकी, बरोबर आहे. हे एवढे सामान बाहेर ठेवून, तुम्ही तरी जाणार कसे?

बंडू : (आतल्या खोलीत गडप होत) मन्या, मी गेऽऽलो. (आतून सिनेमाच्या गाण्याची शीळ ऐकू येते. मन्या त्याचेच शब्दात भाषांतर करीत मान हलवतो.)

मन्या : तुम मेरा चांद, मै तेरी चांदनी... मग आम्ही जाऊन येतो. मग तुम्ही वाटलं तर जाऊन या. आम्ही बसू बाहेर. अच्छा (गाणे गुणगुणत आत जातो.)

डोके : (आतल्या खोलीच्या दाराकडे टक लावून पाहत) हं:!

(डोके पुन्हा पाय पसरतात आणि डोळे मिटतात. तेवढ्यात मुख्य दरवाजाचे शटर्स हलतात आणि भले मोठे सामान घेऊन हमाल आत येतो. ट्रंक, होल्डॉल, सूटकेस, पिशव्या, इ. इ. तो दरवाजाजवळच उभा राहून 'या, या' म्हणून हाका मारतो. त्यामागोमाग सौ. बाईसाहेब या पदवीस सार्थ करणाऱ्या बाई प्रवेश करतात. हातात पर्स, डोक्यात वेणी, चष्मा, इ. इ.)

सौ. बाई : (दाराजवळ थांबून बाहेरच्या दिशेने) अहो, या, या. जागा आहे म्हटलं व्यवस्थित. या म्हटलं की यावं माणसानं. राजू, चल बाळ. ये. (आरामखुर्चीवर जाऊन बसतात.)

हमाल : (डोक्यांना) जरा हात लावता का, सायेब?

(डोके निरुपयाने उठून त्याला – म्हणजे त्याच्या सामानाला – हात लावतात. हमाल सगळे सामान डोक्यांच्या उशालाच रेलून ठेवतो. बाहेरचे दार उघडून एक साहेब आणि त्यांचे दहा-बारा वर्षांचे चिरंजीव आत येतात. डोक्याला टक्कल आणि

पोटाचा घोर या दोन गोष्टी पाहिल्यावर ते कुणी गॅझेटेड ऑफिसर आहेत हे सहज लक्षात येण्यासारखे आहे.)

राजू : (आत आल्यावर लगेच) याऽऽहू (डोके दचकतात.)

सौ. बाई : हं, राजू, ही फर्स्ट क्लासची वेटिंग रूम आहे. नो सिली बिझिनेस.

राजू : मी भिंतीवरची चित्रं बघू?

सौ. बाई : खालूनच बघायची. हात नाही लावायचा.

राजू : नाही.

हमाल : जातो, सायेब.

साहेब : हे बघ, गाडीची घंटा व्हायच्या आधी पाच मिनिटं ये.

सौ. बाई : नको. घंटा झाली की ये.

साहेब : बरं, घंटा झाली की ये. काय? तुझा नंबर किती?

सौ. बाई : काही नको नंबर अन् फिंबर. बसा आता.

साहेब : बरं. काही नको नंबर. काय? जा तू आता.

हमाल : व्हय, सायेब (जातो. साहेब मधल्या खुर्चीवर प्रशस्तपणे टेकतात.)

सौ. बाई : तुम्ही एस.एम.ना विचारून आलात का पण नीट?

साहेब : मघाशीच नाही का विचारलं?

सौ. बाई : 'नीट' विचारलं का म्हणतेय मी.

साहेब : हो-य. 'हाप अॅन अवर लेट' म्हणून त्यांनी सांगितलं.

सौ. बाई : पण लेट म्हणजे खर्रर लेट का मेकप करील गाडी? ते विचारलंत का?

साहेब : ते नाही विचारलं बुवा.

सौ. बाई : मग काय विचारलंत नीट? तुमचं नेहमीचचं काम धांदरट –

साहेब : स्टेशन मास्तरनं सांगितलं ते मी तुला सांगितलं. आता काय त्याला गळ्यावर हात ठेवून शपथ घ्यायला सांगू?

सौ. बाई : काहीतरीच बोलू नका... हाफ अॅन अवर लेट, म्हणजे थोडक्यातच आहे म्हणायचं. हाफ अॅन अवरनी का होईना, पण ट्रेन राईट टाईम आली म्हणजे बरं.

साहेब : हो. (पाय ताणतात.)

सौ. बाई : तुम्ही झोपू नका हं आणखीन. मी झोपलेली अन् तुम्हीही झोपलेले असं नको.

साहेब : छे: छे:! (जांभई देत-देत) प्रवासात मला झोपच लागत नाही. काय असेल ते असो.

सौ. बाई : म्हणता नुसतं. अन् डाराडूर झोप काढता. (डोळे मिटतात.)

(हे सगळे प्रेमळ संभाषण संपेपर्यंत हे चिरंजीव सगळीकडे हिंडून आले आहेत.

आतल्या खोलीपाशी डोकावून आरशासमोर उभे राहून तोंडं वेडीवाकडी करून प्रा. डोके यांच्याजवळ ही स्वारी येऊन पोचते. त्यांच्या हातातील पुस्तकाकडे एकदम लक्ष जाते. मोठ्यांदा)

राजू : पपा, पपा–

साहेब : (रागावल्यासारखा चेहरा) शु:! असं मोठ्यांदा ओरडायचं नाही. हॅव मॅनर्स, राजू.

राजू : पण, पपा, पुस्तक आहे त्यांच्याजवळ. बघा ना.

साहेब : (जांभई देत) असू दे. चल इकडं ये. कम ऑन.

राजू : असं का हो, पपा? किती मस्त दिसतंय पुस्तक! मी घेऊ का?

डोके : (प्रेमळपणाने) तुला पाहिजे?

राजू : हो.

डोके : काय करणार तू घेऊन? वाचणार?

राजू : छट्.

डोके : मग?

राजू : मी चित्रं फाडून घेणार आहे त्यातली.

डोके : (घाईघाईने) त्यात चित्रं नाहीत, बाळ (गडबडीने पुस्तक बॅगमध्ये कोंबतात.)

राजू : वा! खोटं बोलता का? मी पाहिलंय चित्र. एका बाईचं. होतं की नाही मस्त. अश्श्या पोझचं–

डोके : ती कामाची बाई आहे. फाडायचं नाही हं चित्र.

साहेब : (पेंगत-पेंगत) राजू, चल इकडं ये.

राजू : मी नाही येत जा. मी यांच्याजवळ बसणार.

साहेब : मग त्यांना त्रास देऊ नकोस. (डोळे मिटतात.)

राजू : पपा, अन तुम्ही पण झोपू नका. मी आईला सांगेन. आधीच बजावतोय.

डोके : शु:! इथं मोठ्यांदा बोलायचं नसतं.

साहेब : (कसेबसे डोळे उघडीत) गप बैस रे जरा... अं... तुम्ही आहात ना जागे? मी जऽऽरा पडतो.

डोके : आहे, जागाच आहे मी.

(साहेब डोळे मिटून झोपतात. डोके पाय पसरून बसतात. चार-दोन मिनिटांत साहेबांचे घोरणे ऐकू येते. त्याबरोबर ते दचकून सावरून बसतात. साहेबांकडे टक लावून पाहतात. एकदा पाय खाली सोडतात. एकदा वर घेतात. राजू त्यांची चुळबुळ पाहत राहतो. मग जवळ सरकतो.)

राजू : आमचे पपा किनई, रोज असे घोरतात!

डोके : रोज असे घोरतात? छान!

राजू : त्यांच्याजवळ कुण्णी झोपत नाही.

डोके : साहजिक आहे.

राजू : पपा झोपले ना, म्हणजे आम्ही फार मजा करतो.

डोके : आम्ही म्हणजे? तू आणि आई?

राजू : छट्! मी, बाळू, शशी...

डोके : कसली मजा करता?

राजू : फुगा असतो ना फुगा? त्याला अशी दोरी बांधून पपांच्या तोंडावर ठेवतो.

डोके : फुगा?

राजू : हो. फुगा. मग बाबा घोरायला लागेल की फुगा वर जातो, खाली येतो. एकदा वर जातो, एकदा खाली येतो. असा ऽऽऽऽ वर...

डोके : छान, छान!

राजू : एकदा तर इतकी मजा! फटकन फुगा फुटलाच. का माहीत आहे?

डोके : का?

राजू : पपा झोपेत शिंकलेच फाडकन! आई तर खो: खो: करून हसायला लागली.

डोके : साहजिक आहे.

राजू : पण पपा असे ढिम्. जागे म्हणून झाले नाहीत. आई म्हणते, कुंभकर्ण आहेत निव्वळ कुंभकर्ण.

डोके : असतील, असतील.

राजू : असतील नाही, आहेतच. तुमच्याजवळ आहे आत्ता फुगा?

डोके : (चमकून) फुगा? छे: छे:! फुगाबिगा नाही माझ्याजवळ. तू आता गप्प बैस पाहू.

राजू : बघा ना असला तर – मी बघू का?

(राजू डोक्यांच्या मॅनिलाच्या खिशात हात घालतो. डोके एक लहानशी थप्पड मारून त्याचा हात बाजूला काढतात. राजू एकदम भोकाड पसरण्याच्या विचारात असतो. तेवढ्यात मन्या आतल्या खोलीतून कानात बोट घालून कान घासतपुसत बाहेर येतो.)

राजू : (एकदम लक्ष जाऊन) तुम्ही आत्ता आत गेला होता?

मन्या : हो. का?

राजू : तुमच्याजवळ आहे फुगा?

मन्या : फुगा? फुगा कशाला?

राजू : मला पपांच्या तोंडावर ठेवायचा आहे.

मन्या : गावात मिळतो. पैशाला एक (आरशात बघून भांग पाडीत) बंड्या, आटप रे लवकर.

राजू : आत आणखी एक बंड्या आहे?

डोके : शु:! मोठ्यांदा बोलायचं नाही.

मन्या : काय! झोप झाली की नाही?

डोके : कुणाला? मला विचारताय?

मन्या : मग कुणाला?

डोके : वा! तुम्हीच म्हणालात मघाशी, झोपू नका म्हणून. चोऱ्यामाऱ्या होताहेत –

मन्या : पण आता ही मंडळी आहेत ना?

डोके : म्हणूनच झोप येत नाही मला.

मन्या : अहो, झोपायचं तसंच. फर्स्ट क्लास वेटिंग रूममध्ये एवढं बरं असतं. जागा असते. पुन्हा कुणाचा कुणाला त्रास नाही.

डोके : (वैतागाने) खरं आहे.

मन्या : म्हणून तर आम्ही इथं येऊन सगळं उरकून घेतो.

डोके : म्हणजे (बंड्या भांग पाडीत-पाडीत प्रवेश करतो. त्याच्याकडे पाहत) झालं सगळं व्यवस्थित?

बंड्या : ओ.के. फर्स्ट क्लास.

मन्या : चल, आटप, बंड्या लवकर निघू या.

डोके : गाडीला अवकाश आहे ना?

बंड्या : हो, पण आम्ही निघतो आता. जरा बाहेर बसतो.

डोके : बाहेर कशाला विनाकारण– इथं सगळी सोय असताना?

मन्या : वा! फर्स्ट क्लास वेटिंग रूम आहे. सोयीचा काय प्रश्न आहे?

बंड्या : जागा भरपूर. बाक –

मन्या : आरामखुर्च्या –

बंड्या : हे टेबल, पंखा... चैन आहे अन् काय!

मन्या : आराम काम.

बंड्या : पुन्हा कुणाचा त्रास नाही.

मन्या : मस्त बेत... संडासबिंडाससुद्धा स्वच्छ. कसं प्रसन्न वाटतं.

राजू : (उभा राहून) मला संडास पाहायचाय.

मन्या : आता रिकामाच आहे. जा बघून ये. पुन्हा कुणी गेलं म्हणजे नाही बघायला मिळायचा. जा, पळ. (राजू आत जातो.) हा कोण? तुमचा

	मुलगा वाटतं? चेहऱ्यावरून ओळखलं मी. आहे, हुशार आहे.
डोके :	छे: छे:! हे चिरंजीव आमचे नाहीत. ही ही मंडळी आहेत ना?... यांच्यापैकी आहे.
मन्या :	तरी मला वाटलंच. म्हटलं, मघाशी तर तुम्ही एकटे दिसलात – पण तुमच्याजवळ बसलेला दिसला म्हणून वाटलं. (हळूच) कार्ट बिलंदर दिसतंय मोठं? आ?
डोके :	ते काही विचारू नका. माझ्या डोक्याला मुंग्या येताहेत मघापासून.
बंड्या :	मन्या, गप्पा हाणीत बसू नकोस. चल, आटप (बॅग आवरू लागतो.)
डोके :	निघालात?
मन्या :	मग किती वेळ बसणार? अहो फर्स्ट क्लास वेटिंगरूम आहे ही.
डोके :	म्हणजे तुम्ही सेकंडचं तिकीट काढलंय?
बंड्या :	सेकंडचं? भलतंच!
डोके :	मग? थर्डचं काढून इथं –
मन्या :	आता तुम्हाला सांगायला हरकत नाही. आज तिकीट काढायला वेळच झाला नाही आम्हाला.
डोके :	(घाबरून) आ? म्हणजे – म्हणजे तुम्ही तिकीट –
बंड्या :	काढलंच नाही. डब्ल्यू टी.
डोके :	काय सांगताय काय? तुम्हाला भीती नाही वाटत?
मन्या :	कुणाची? चेकरची? ह्याँ! तो काय करतोय आम्हाला? आता कोष्टक बसलंय बरोबर अनुभवानं.
बंड्या :	एकदा तर आम्ही अन् चेकर शिवाशिवीची शर्यतच खेळलो सबंध गाडीत. तो ह्या डब्यात की आम्ही त्या डब्यात. तो त्या डब्यात की आम्ही ह्या डब्यात. शेवटी भोज्या आला – जंक्शन – तेव्हा तो मुकाट्यानं पसार झाला.
मन्या :	असली वेटिंग रूम बरी असते अशा वेळेला. मस्त काम.
बंड्या :	आराम बेत.
मन्या :	कुणाचा ताप नाही.
बंड्या :	रॉयल काम. (बाहेर आवाज ऐकू येतो.) बराय मन्या–
मन्या :	हा निघालोच. बराय.
डोके :	बराय. (दोघेही शिट्ट्या वाजवीत जातात. डोके पुन्हा पाय पसरून डोळे मिटतात. तेवढ्यात राजू आतल्या खोलीतून बाहेर डोकावतो. त्याला पाहून धडपडत उठत) अरे तू काय करत होतास इतका वेळ आत? अन् कपडे ओले कशानं केलेस?

राजू : पाण्यानं. ते नळाचं पाणी आहे ना, ते बंदच होत नाहीये मघापासनं.

डोके : (रागाने) पण तुला सांगितलं कुणी नळ सोडायला?

राजू : कुणी नाही. मीच नळ सोडला. अन् अस्सा हात दाबून त्याचं कारंजं केलं. इतकं मस्त पाणी उडतंय सगळीकडे!.. बंद करा ना तुम्ही आता नळ.

डोके : शहाणा आहेस फार! चल, बस इथं येऊन.

(राजू बाहेर येऊन बसतो. डोके आत जातात. आतून नळाच्या पाण्याचे निरनिराळ्या प्रकारचे आवाज ऐकू येतात. टाकीचे पाणी सोडल्याचाही आवाज होतो. मग डोके अर्धवट ओल्या कपड्यांनी बाहेर येतात.)

डोके : छे: छे: कहर झाला. सगळी पँट ओलीचिंब. आता कशाची झोप अन् काय! (मोठ्यांदा) अहो, शु: शु:! – अहो–

साहेब : (अर्धवट झोपेत) प्लीज डोण्ट डिस्टर्ब. धिस इज फर्स्ट क्लास – (बोलणे बंद होते.)

डोके : अहो, पण–

सौ. बाईसाहेब : (अर्धवट जाग्या) झाली वाटतं वेळ गाडीची? चल, उचल सामान. (जांभई देतात.)

डोके : (पँटचे ओचे पिळत) अहो मी हमाल नाहीय. फर्स्ट क्लासचा पॅसेंजर आहे. वा!

सौ. बाई : (पूर्ण जाग्या होऊन) ओ! आय ॲम सो सॉरी. मला काय वाटलं – म्हणजे कसला तरी आवाज झाला. म्हटलं गाडीचीच घंटा झाली की काय... तुम्ही भिजलात वाटतं पावसात?

डोके : पाऊस? हू:! या आपल्या मुलाला काहीतरी सांगा.

सौ. बाई : अय्या! काय झालं हो?

डोके : मघाशी आत जाऊन त्यानं नळ दिला बेसिनचा सोडून. त्यानं कारंजे केलं. सगळे कपडे ओले केले. माझे पण भिजले. हे पाहा.

सौ. बाई : तुमचे पण भिजले? आश्चर्य आहे! तुम्ही कशाला त्याला मदत केली?

डोके : (सात्त्विक संतापाने) आता काय सांगावं? मी कशाला जातोय त्याला मदत करायला? त्यानं हा उद्योग केला अन् मला निस्तरावा लागला. आत सगळं तळं झालेलं पाण्याचं. बंद करायला गेलो नळ तर ते कारंजं आणखीन मोठं झालं. नळाच्याजवळ जायची सोय राहिली नाही.

सौ. बाई : अगबाई! अन् मग?

डोके : मग काय? शेवटी संडासाच्या आत उभा राहिलो. टाकीच्या साखळीला

लोंबकळलो अन् पायानं केला नळ बंद. काय करणार?

सौ. बाई : बरं झालं बाई बंद केलात तो! (तीव्र सुरात) राजू, व्हॉट नॉन्सेन्स इज धिस? प्रवासाला निघताना तू मला काय प्रॉमिस केलं होतंस?

राजू : अगं, चुकून पाणी उडालं.

डोके : चुकून? छान!

सौ. बाई : राजू –

राजू : आता नाही पुन्हा करणार मी.

सौ बाई : (हसून) वेल डन! आमच्या राजूचं हे नेहमी अस्सं चालतं बघा. खोड्या करायच्या करायच्या. पुन्हा चूक कबूल करायची तयारी. अस्सा गुलाम आहे! अहो, लहानपणी एकदा मिस्टर दोडके झोपले होते, तर यानं त्यांचं नाकच धरून ओढलं. म्हणतो कसा वर, मी बाबांचा शेंबूड काढतो. असा वात्रट आहे!

डोके : मिस्टर दोडके म्हणजे –

सौ. बाई : म्हणजे आम्हीच.

डोके : तुम्ही!

सौ. बाई : आम्ही म्हणजे हे.

डोके : असं, असं!

सौ. बाई : लहानपणापासून हुशार. सारखं डोकं कशात तरी चालत असतं. (लाडिकपणे) राजूबाळ, झोपा बरं थोडा वेळ आता.

राजू : मला नाही झोप येत.

सौ बाई : मग बैस हं थोडा वेळ स्वस्थ! आत्ता गाडी येईल.

राजू : अगं आई –

सौ. बाई : काय रे?

राजू : अगं, मघाशी किनई आतल्या खोलीत एक बंड्या होता, बंड्या.

सौ. बाई : बंड्या? म्हणजे मांजर?

राजू : नाही, माणूस.

सौ. बाई : (दटावून) बरं, असू दे.

राजू : अन् तो म्हणत होता की आमच्याजवळ तिकिटंच नाहीत. मी ऐकलं. आतनं. होय किनई हो, काका?

डोके : का– का?... हा हा.

सौ. बाई : शु:! जास्त बडबड करायची नसते इथं.

राजू : का? ही फर्स्ट क्लास वेटिंग रूम आहे?

सौ. बाई : हो. आता पुरे म्हटलं ना?

राजू :	पण आपली तिकिटं तर सेकंड क्लासची आहेत ना गं?
सौ. बाई :	(गोऱ्यामोऱ्या होऊन) बदलून नाही का घेतली आपण मागनं?... आता मुकाट्यानं बैस पाहू. नाहीतर चांगला मार देईन. लक्षात ठेव. (डोक्यांना)– भारी बडबड्या आहे. अगदी वडिलांच्या वळणावर गेलीय स्वारी.
डोके :	चालायचंच. वडीलच ते. काय करणार?
सौ. बाई :	आपल्याला मात्र थोडा त्रास झाला.
डोके :	त्रास कसला आलाय त्यात? फर्स्ट क्लास वेटिंग रूम आहे ही. तसा काही त्रास नाही.
सौ. बाई :	एवढं मात्र खरं. फर्स्टमध्ये एवढं बरं असतं. कुणाचा नुईसन्स नाही. तास-दोन तास शांत पडावं...
डोके :	खरं आहे.
सौ. बाई :	कुणाची बडबड नाही की गडबड नाही.
डोके :	मुळीच नाही.
सौ. बाई :	थोडा वेळ का होईना, पण झोप मिळते छान! तेवढंच फ्रेश वाटतं नाही का?
डोके :	फ्रेश?... हो, हो. वाटतं खरं.
सौ. बाई :	मला तर बाई जर्नी म्हणजे फर्स्टनंच करायला आवडतो. सगळं कसं कंफर्टेबल वाटतं. नाहीतर तो जर्नी कसला आलाय!
डोके :	छे: छे:! तो जर्नी नव्हेच मग. तो आपला प्रवास झाला प्रवास.
सौ. बाई :	त्या सेकंडमध्ये अन् थर्डमध्ये काय गोंधळ? किती त्रास! माणसं काय गबाळी अन् गलिच्छ.
डोके :	पूर्वी तरी तशी परिस्थिती होती खरी. अलीकडं बऱ्याच दिवसांत मला काही कल्पना नाही.
सौ. बाई :	फर्स्टमध्ये कसं सगळं डीसेंट, नाही?
डोके :	ओ:! इट्स ए प्लेझर, आय ऑल्वेज हॅव इट.
सौ. बाई :	इथं वर्दळ नाही कुणाची कधी. बरं, चार माणसं आली तरी सगळीच कल्चर्ड.
डोके :	सामानसुमान ठेवून बाहेर जावं खुशाल. काही काळजी नाही. (आठवून) – अरेच्च्या! माझी बॅग कुठं आहे? आत्ता इथं होती. (बॅग शोधू लागतात. तेवढ्यात बॅग राजूच्या हातात असल्याचं लक्षात येते.) शाबास! बॅग कशाला घेतलीस, बाळ? आण इकडे.
राजू :	मी बॅगमधलं पुस्तक घेणार आहे मघाचं.

सौ. बाई : हं, राजू– असला हट्ट नाही करायचा. दे ती बॅग परत. चुरगाळलीस का त्यांची बॅग? छान! तू म्हणजे अस्सा आहेस अगदी.

राजू : मला त्यातलं बाईचं चित्र फाडून घ्यायचंय.

सौ बाई : (डोक्यांना) लहानपणापासून चित्रं गोळा करायचा फार नाद आहे. अन् बायकांची चित्र म्हटलं की आधी हवी.

डोके : ते कामाचं पुस्तक आहे, बाबा. आण इकडं बॅग. (कशीबशी बॅग ताब्यात घेतात.) याची साखळी मोडली वाटतं?

सौ. बाई : हो का? इतका कसा 'सिली' झालास रे तू? थांब (एवढ्यात बाहेर घंटा होते. दार उघडून हमाल आत येतो.) अगबाई! टाईम इज अप. ट्रेन आली वाटतं?

हमाल : धा मिंटात येईल गाडी, बाईसाहेब. मी सामान घेतो. तवर तुमी आवरा.

सौ. बाई : बरं झालं बाई. कंटाळा आला होता अगदी. राजू, ऊठ. चल, चपला घाल. अहो, उठा, टाईम इज अप – ट्रेन आली.

हमाल : अप ट्रेन नाही, बाईसायेब. डाऊन ट्रेन हाय ही.

सौ. बाई : (रागाने) तुला कुणी इंग्रजीचं ज्ञान पाजळायला सांगितलंय आणखीन? हं, चल उचल सामान. (साहेबांना हलवित) अहो, उठा, उठा. ट्रेन आली.

साहेब : (एकदम जागे होऊन) काय ट्रेन आली? (उठून जांभया देत) छान! झकास डुलकी लागली होती. एवढं बरं असतं ह्या वेटिंग रुममध्ये.

सौ. बाई : हं, चला-चला लवकर. (आवराआवर करून दाराकडे जात डोक्यांना उद्देशून) बराय. नमस्ते. तुमचं ठीक आहे. भरपूर विश्रांती. आम्हाला मात्र जागरण करीत जायचं आलंय.

डोके : बराय, नमस्ते. (साहेब आणि मंडळी जातात. डोके एक मोठा सुस्कारा सोडतात.) हुश्श! बेजार केलं बुवा या कार्ट्यानं. आता तरी जरा पाय पसरून –

(पाय पसरून डोळे मिटतात, तेवढ्यात हातात एकेक पिशवी आणि बॅग घेतलेली दोन माणसे धाडदिशी दार उघडून आत येतात. त्यांपैकी एकजण चाळीस-पंचेचाळीस वर्षांचा. अंगाने चांगला आडवा, दांडगादुंडगा आहे. डोक्याला रुमाल, कानात भिकबाळी, अंगात कोट, धोतर. हातात अंगठी. रिस्टवॉच. पाहिल्याबरोबर हे गृहस्थ कोठल्यातरी को-आपॅरेटिव्ह बँकेचे चेअरमन असावेत, हे सहज लक्षात येते. दुसरा अंगाने शिडशिडीत. उमर वर्षे पस्तीस. गांधी टोपी, नेहरू शर्ट, धोतर सगळे परीटघडी खादीचे. टोपीचा अणकुचीदार कोन मंत्र्याला शोभणारा. हे गावातले

पुढारी आहेत हे निराळे कशाला सांगायला पाहिजे? दोघेही बाहेरून बोलतबोलतच आत येतात आणि मध्यभागीच्या गोल टेबलाजवळ बसतात. संभाषण चालूच आहे. त्यात काही खंड पडत नाही किंवा त्याचा व्हॉल्यूमही कमी होत नाही.)

चेअरमन	:	मग बसले बोंबलंत. म्हनलं, बोंबला खुशाल. आता काय मला भ्या न्हाई.
पुढारी	:	तुमी पयल्यापासून धाडशी लई. हाय मला ठाव.
चेअरमन	:	(खिशातील अडकित्ता आणि सुपारी काढीत) मधीआधी बातच न्हाई आपली, गनपतराव. एकदम सुटायचं ते मिनिस्टरपाशीच ठ्यां!
पुढारी	:	त्याशिवाय कामच होत नाहीत सध्याच्याला. परवा येशवंतरावांना आम्ही हेच सांगितलं. म्हनलं, परिस्थिती फार बिघडलेली आहे. अधिकारी माणसं अजिबात काम करत नाहीत.
चेअरमन	:	आसं का? येशवंतरावची – तुमची कुठं गाठ पडली?
पुढारी	:	सा महिने झाले. न्हेरूंनी त्यांना डिफेन्शमध्ये बोलीवले न्हाई का? त्या वेळेची गोष्ट हाये. जावं का न्हाई, जावं का न्हाई अशी सारखी घालमेल चाललेली. शेवटाला विश्वासातली धा-पाच माणसं गावोगावची बोलावून विचारलं. म्हणून मी आपला गेलतो. शेवटी आम्ही आपलं सांगितलं. म्हनलं, खुशाल दिल्लीला जावा. आमी हायेत समदे हिकडं. सगळं बगतो. बिनघोर ऱ्हावा... मग दिल्लीचं तिकीट काडलं... (डोके उठून बसतात.) – का हो, पाव्हणं, तुम्हाला त्रास होत न्हाई ना आमचा?
डोके	:	छे: छे:! त्रास कसला आलाय? चालू द्या.
पुढारी	:	टाईम पास करायला तर पायजे. म्हणून आपल्या गप्पा चालतात आमच्या.
डोके	:	चालू द्या. चालू द्या.
पुढारी	:	आमच्या साहेबरावास्नी गप्पा हाणायला लई लागतं.
डोके	:	साहेबराव कोण?
पुढारी	:	हेच, रावसाहेब पाटील. नाव हाये त्याचं रावसाहेब. पर लोक म्हनत्यात साहेबराव पाटील.
डोके	:	असं. असं.
पुढारी	:	डिस्ट्रिक्ट कॉपरेटिव्ह बँकेचे चेअरमन हायेत सध्याच्याला.
डोके	:	अरे वा! नमस्कार.
चेअरमन	:	तुमी काय धंदा करता?
डोके	:	मी कॉलेजात आहे.

चेअरमन : कॉलेजात हाये व्हय? कितवीत हाये?

डोके : कितवीत?

चेअरमन : कितवीत म्हंजे– म्हंजे यंदा कितवी?

डोके : आं? अहो, प्रोफेसर आहे मी, विद्यार्थी नाही.

चेअरमन : आरं तिच्या आयला! लई हुशारपना केला की हो मग!... कापडावरनं तुमच्या वाटलं मला बरं का तसं.

पुढारी : तुम्ही कुणाकडे निघालात?

डोके : आमची फिलॉसॉफीची कॉन्फरन्स आहे दिल्लीला. मी पेपर वाचणार आहे एक.

चेअरमन : पेपर वाचायलाय? का आपला लिवायचाय?

पुढारी : त्यो परीक्षेतला पेपर वायला, साहेबराव. ह्यो वेगळा असतो.

चेअरमन : आर तिच्या आयला! (सुपारी तोंडात टाकतो.) ऐकाव एकेक ते मजेशीरच. परवा आमची बी एक मीटिंग झाली. चेअरमन लोकांची मुंबैला. ह्ये लांबलचक टेबल. दुही बाजूला मानसं बसल्याली. मी म्हनलं काय तरी जेवायबिवायचा बेत काढला काय की, पर ज्येच्या-त्येच्या म्होरं कोरी कागदं आन् पेन्शिली. मी म्हनलं, आता आली का पंचाईत! आता ल्ह्यावं लागतंय कायतरी.

पुढारी : आमच्या असेंब्लीत आसच आसतंय... ती नुसती शोभा असतीय. आपुन ल्ह्याबियायच काय नसतं. काम झालं म्हंजे तिथली कागद-पेन्शील आपली आसती. घालायची खिशात आन् निघायचं.

डोके : आपण कुणीकडं निघाला?

पुढारी : आमच्या बेरडवाडीला साखर कारखाना काढायचाय एक. त्याची पर्मिशन आणायला चाललोय दिल्लीला.

डोके : नवीन कारखान्याला पर्मिशन मिळतेय का सध्या पण?

चेअरमन : (ठामपणे जोरात) मिळायलाच पायजे. न्हाई म्हणून रडत मागारी येत नसतो मी कधी. जवानीमधी घरात घुसून बाया आणल्यात, आ, तिथं ह्या पर्मिशनची काय गोष्ट हाये? आता आपले यशवंतराव हायेत की तिथं. जायाचं की तिथंच जाऊन धडकायचं. एकदम ठ्या! डिफेन्शमधी.

डोके : तुमची बरीच ओळख आहे वाटतं?

पुढारी : कुणाची? यशवंतरावची? वळख म्हणजे काय? जोरकसचं काम हायेन –

चेअरमन : नेहरूसुदीक वळखतेत आपल्याला.

पुढारी : मग यशवंतरावचा तर काय प्रश्नच नाही.

चेअरमन : (मांडी चोळीत) म्हंजे त्याचं काय हाय – तसं आमचं ते पावनंच लागतेत. म्हंजे बगा, आमची माळवण हाय का? तिचा चुलता त्यो.

डोके : (घाईघाईने) आलं – आलं लक्षात. म्हणजे जवळचंच नातं आहे म्हणा की.

चेअरमन : पावनेच! त्येंच्याकडचं टपाल आलं की आमी जायाचं. आमच्याकडनं टपाल गेलं की त्येनी सुटायचं तिथनं.

पुढारी : एवढं मात्र आहे हा साहेबरावांचं प्रेस्टिज. साहेब गावावरनं चालले तर तशे जायचे न्हाईत. बेरडवाडीला उतरणार. त्येंच्याकडे जेवणार अन् मग पुढं जाणार.

चेअरमन : आपलं काम तसंच आहे. परवा बाळासाहेब आलते घाईत. मी आडिवली मोटार. म्हनलं, जेवल्याबिगर जायाचं न्हाई. मुकाट जेवले आन् गेले.

पुढारी : साहेब आता डिफेन्शमध्ये गेले म्हणून न्हाईतर –

डोके : (जांभई देऊन) साहेब म्हणजे कोण?

पुढारी : साहेब म्हणजे दुसरे कोण? यशवंतराव. आम्ही जवळची माणसं त्यांना 'साहेब' म्हणतो.

डोके : असं, असं. (पुन्हा जांभई देतात.) मग तुमची-आमची गाडी एकच म्हणा की.

चेअरमन : का हो! एकच का, गनपतराव? व्हय?

पुढारी : एकच. एकच. पंजाबनेच जायचंय की आपल्याला.

चेअरमन : व्हय का? ते काय आपल्याला कळत न्हाई. कुनीकडनं पोचलं दिल्लीला म्हंजे झालं. पंजाबनं चला न्हाईतर संजाबनं चला.

डोके : (कंटाळून) मी जरा पडतो घटकाभर.

पुढारी : कशाला पडता? आता काय टाईम राह्यला नाही गाडीला. यीलच अर्ध्या घंट्यात.

डोके : डोळे मिटायला लागलेत. तेवढीच दहा-पाच मिनिटं. (कडाकड जांभया देतात.)

चेअरमन : पडा, पडा. पडा निवांत वाघरावाणी. हितं काय, कुणाचा ताप न्हाई. निवांत कारभार हाये.

डोके : जागाच आहे म्हणा. पण झोप लागलीच तर –

चेअरमन : लागू द्या की! – कवा उठवायचं?

डोके : छे: छे:! अहो, उठवा.

चेअरमन : मग पडा. उठिवतो तुमास्नी. (डोके डोळे मिटतात तेवढ्यात मोठ्यांदा)

– आयला, अहो, पँटी कशानं वली झाली तुमची?

डोके : (दचकून अर्धवट उठत) पँट? हा– हा– पँट होय? जरा आत गेलो होतो –

चेअरमन : (आडकित्याने सुपारी कातरीत) आ? पन इतकी वली?

डोके : (अर्थ ध्यानात येऊन घाईघाईने) छे: छे: अहो, तसं नाही. नळ सुटला होता. तो बंद करायला गेलो होतो. त्याचा हा प्रताप.

चेअरमन : मग हरकत न्हाई, पडा तुम्ही.

पुढारी : झोपा तुमी. आम्ही उठवतो बरोबर.

चेअरमन : (डोके झोपल्यावर लगेच) घ्या, गनपतराव, सुपारी पायजे का? घ्या दगडी हाये.

पुढारी : बघू, द्या. (सुपारी तोंडात टाकून बोबड्या सुरात) लई बारीक कातरलीय, सायेबराव तुमी. अशी भेटत न्हाई. पेटंट तरी घ्या एखादं.

चेअरमन : (मनापासून हसत) किती दिसांची आता प्रॅक्टिस हाये? तीस वर्षं झाली. तवापासनं अडकित्ता आपला हातात हायेच. लोक म्हनत्यातच, क्रिस्नाचं सुदर्शन, रामाचं धनुष्यबाण तसा साहेबरावांचा आडकित्ता. हाऽज्यक् खुक (मोठ्यांदा खाकरतात. डोके ताडकन जागे होऊन उठतात.) का हो, पावणे, झोप लागंना का?

डोके : गाडीची घंटा झाली?

पुढारी : गाडीची घंटा? छ्या?

डोके : नाही, मला इंजीनाचा आवाज आल्यासारखा वाटला.

चेअरमन : सपान पडलं आसल. आहो, जे मनात असतंय ना, तेच सपनात येत मानवाच्या. आता कारखान्याचं चाललंय ना डोस्क्यात आमच्या, रोज सपनात एवढा मोठा बंब येतोय फॅक्टरीचा... झोपा लागा तुमी. आमी उठवितो तुमास्नी.

डोके : उठवा म्हणजे झालं. (डोळे मिटतात.)

चेअरमन : दिल्लीची पर्मिशन नुसती येऊ द्या, गनपतराव. उगी धडाका उडवून देतो.

पुढारी : मशीनरी जवळजवळ तयारच आहे. ऑडर द्यायची, बॉम्बेला जायाचं, चार म्हैन्याची, आन् घेऊन यायची. बस! दोरीसूत काम. जाऊ आपण. तुमी काळजी करू नका.

चेअरमन : आवाज निगाला पायजे समदीकडं बगा. मिशिनरी कशी आली पायजे धडाधड...

पुढारी : ते लागलं आपल्याकडं.

चेअरमन : म्होरच्या दसऱ्याला ऊस गाळायचा कर्ररर्रर क्रशर नुसता वाजला

पायजे, खाड्खाड धाड्धाड खाड्खाड धाड्धाड – पाहा उगी फिरला पायजे सारखा. (डोके उठून बसतात.) का हो, झोप लागंना का? झोपा झोपा. निवांत हाये हिते. काय गरबड न्हाई.

डोके : नाही, कसलातरी स्फोट झाल्यासारखा वाटला. (पुन्हा झोपतात.)

पुढारी : मी यंदाच्याला सबंध रानात चारशे-एकोणीस ठोकलाय पंचनाम्याचं पाणी घेतलंय.

चेअरमन : ते बरं केलंत. म्होरच्या सालाला साखर बाजारात पायजे.

पुढारी : यील की. मशीनरी सुरू व्हायचा अवकाश. बक्ऽ बक्ऽ बक्ऽ पोती पडत्याल रोजच्याला. काय आवघड हाये त्यात!

चेअरमन : पांड्याला म्हणावं, बस गाजर खात.

पुढारी : त्यो काय करतोय माकडतोंड्या?

चेअरमन : तसं म्हनू नका. लई आगाऊ जात हाये. निवडुंगाचे बीज हाय. पडंल तिथं उगवेल तिच्या मायला.

पुढारी : हां, एवढं खरं हाये.

चेअरमन : बाकी, त्यो आपल्याला काय करतोय म्हना.

पुढारी : तेच म्हनतोय मी. त्याची काय ताकद हाये?

चेअरमन : मागंच त्याला असा हानलाय! चीतपट, ठो-ठो-ठो बोंबलला. (डोके कानात बोटे घालून कान चोळतात.) जप्तीच आनली न्हाई का सोसायटीची घरावर? तवा लई मज्जा. उचल सामान की फेक. धाड धडाड्. उचल सामान की फेक. धाड धडाड्...!

पुढारी : मला म्हाईतच आहे की. आता काय तोंड वर काढीत नाही त्यो.

चेअरमन : आपला धनकाच तसला असतो! ख्यॅक – खर्रर्रर्र (जोराने खाकरत. डोके पुन्हा उठून बसतात.) झाली का झोप? न्हाईतर झोपा. निवांत हाये हिते, आराम पडावं मानसानं.

डोके : झोपच गेली माझी (आळस देऊन तारवटलेल्या डोळ्यांनी ताठ उठून बसतात.) अहाहाहा... आई ग. डोळे कसे चुरचुरताहेत नुसते.

चेअरमन : गाडीचा टाईम झाला आसंल न्हाई?

पुढारी : झालाच म्हणायचा की धा-पंधरा मिंटानी यीलच गाडी.

चेअरमन : मग काय? आत्ता गाडी यील, भ्याँऽऽऽ करीत. त्याला काय टाईम लागतोय!

पुढारी : चला, चापाणी करून येऊ एकदा.

चेअरमन : बाराच्या ठोक्याला चापान्याचं काडलं का तुम्ही? मला तिच्या मारी ह्ये फुळकपानी आवडतच न्हाई हितलं. साखर घालायची म्हंजे जीव

गेल्यासारका हुतोय भोसडिच्यांचा.

पुढारी : पेशल करायला सांगू की आपण.

चेअरमन : हा, पेशल म्हनल्यावर हारकत न्हाई. जरा कायतरी गुळमाट वाटलं पायजे. म्हंजे मग फुर्र्र्र... करून पेयाला बरं वाटतं.

पुढारी : (गडबडीने उठत) चला मग लेट हुईल. सामान-पिशव्या राहू द्या हितं.

डोके : राहू द्या. मी आहे.

चेअरमन : न्हाईतर चला की तुमी बी.

डोके : नको-नको तुम्ही या घेऊन.

चेअरमन : मग पडा धा मिंट. हितं काय निवांतच आहे.

पुढारी : हं. चला, आटपा आशीक –

(चेअरमन आणि पुढारी घाईघाईने बाहेर पडून दिसेनासे होतात. डोके दरवाजाकडे टक लावून पाहत शांतपणे एक ते दहा आकडे मोजतात. बरोबर दहाव्या दहाच्या ठोक्याला दार उघडून हमाल प्रवेश करतो. त्याच्या हातात गवसणी घातलेला मोठा तंबोरा आहे. त्यापाठोपाठ दुसरा तंबोरा घेऊन गवईबुवा प्रवेश करतात. हमाल दोन्ही तंबोरे अलगद कोपऱ्यात ठेवतो. गवईबुवा मांडा ठोकून बाकावर बसतात. माना हलवीत स्वत:शीच गुणगुणण्याचा कार्यक्रम आतापासूनच चाललेला आहे.)

हमाल : झालाच, सायेब, गाडीच टाईम, घंटा झाल्याबरुबर मी येतोच.

गवई : योम् योम् योम्. यली यली योम्... आ? हा, असेच न्यायचे बरं का आदबशीर तंबोरे डब्यात... यली योम्, यली योम्, यली योम्...

हमाल : त्याची काळजी नगं. (जातो.)

गवई : धिर् धिर् धिर् धिर्... (डोक्यांची मान झोपेमुळे हलते.) वा! तुम्हालाही नाद आहे वाटतं गाण्याचा – छान!

डोके : (डोळे चोळीत) आँ? मला?–

गवई : बरं वाटलं बघा. नाहीतर प्रवासात रियाज कसा तो होतच नाही... धिर् धिर् धिर् धिर्...

डोके : पण गाडीची वेळ झालीय, आत्ता दहा-पंधरा मिनिटात येईलच गाडी.

गवई : अहो, तेवढीच!... धिक् तांग धिक् तांग...

डोके : तुम्ही पण याच गाडीने येणार वाटतं?

गवई : (तालात मान हलवीत) रिझर्व्हेशनसुद्धा कंप्लीट आहे... नॅशनल प्रोग्रॅम आहे ना? धिड् धिड् तांग, धिड् धिड् तांग... अहो, मुद्दामच केलं. फर्स्टनं गेलं म्हणजे कसं निवांत असतं. कुणाची कटकट नाही. तागडधोम् तागडधोम्... धिर्धिर् तागडधोम्.... झोपा पाहिजे तर

तुम्ही.

डोके	:	आहे, बरा आहे, झोप नाही येत मला.
गवई	:	मग काही हरकत नाही. नाहीतर इथं तसं अगदी –
डोके	:	निवांत.
गवई	:	कुणाचा –
डोके	:	त्रास नाही की कटकट नाही. कबूल आहे.
गवई	:	तेच म्हणतो मी. फर्स्ट क्लासचं एवढं बरं असतं. तोम् तोम् तोम्... (गवईबुवा समेवर यायला आणि बाहेर गाडीची घंटा व्हायला एक गाठ पडते.) वाहवा!
हमाल	:	(गडबडीने प्रवेश करून) चला, सायेब, गाडी आलीच दोन मिंटात.
डोके	:	(खडबडून उठून) बरं, माझं सामान घेतोस ना?
हमाल	:	एवढं भोपळं ठेवतो भायेर की आलोच. तुमी निवांत बसा तवर.
गवई	:	(गडबडीने उठून) चला, चला, नीट ठेवायचं बरं का रे सामान डब्यात.
हमाल	:	त्येची काळजीच करू नका, सायेब अवो. पार्सलचं खोकं सुदीक म्या फुलावानी नेत असतो.

(हमाल जातो. त्याच्यापाठोपाठ गवईबुवा गात गात जातात. डोके मोठी जांभई देत-देत एक ते दहा आकडे मोजतात. दहाच्या आकड्याला पुढारी आणि चेअरमन प्रवेश करतात. बाकावरच्या पिशव्या उचलतात.)

चेअरमन	:	चला, पावणे, चला. गाडी आली. घाण, घाण, घाण... घंटा वाजतीय बगा.
पुढारी	:	चला, आपलं आवरा आधी... का, हो निघत न्हाई का तुमी?
डोके	:	आलोच. हमाल आला की आलोच. हा आलाच. (हमाल येतो.) चल बाबा लवकर.
हमाल	:	काय गडबड करायचं कारन हाये, सायेब? फस्कलासच्या पॅसिंजरचं काम कसं आरामशीर पायजे बगा.
डोके	:	रिझर्व्हेशन नाही बाबा माझं. लवकर जागा मिळवायला पाहिजे.
हमाल	:	(सामान उचलीत) समद्या गाड्या एम्टीच जात्यात सध्या सायेब. भेयाचं कारन न्हाई.
डोके	:	ते मला माहीत आहे. हं, चला.

(हमाल सामान घेऊन जातो. त्या पाठोपाठ चेअरमन खाकरत-खाकरत जातात. कपाळ घट्ट धरून डोके दरवाजापाशी जाऊन थांबतात. मागाहून पुढारी येत आहेत.)

पुढारी	:	(इकडे-तिकडे पाहत) का हो, काही राहिलं काय हितं?

डोके :	हो.
पुढारी :	काय?
डोके :	माझी झोप.
पुढारी :	(अर्थबोध न होऊन) काय?
डोके :	काही नाही. चला... अहो (केविलवाण्या सुरात) तुमची खरंच यशवंतरावांची ओळख आहे का हो?
पुढारी :	खरंच म्हणजे काय? आईचान. का हो?
डोके :	नाही, असलीच तर आमचं एक काम करा.
पुढारी :	कसलं?
डोके :	त्यांना म्हणावं, हे रेल्वेखातं तुमच्याकडं घ्या –
पुढारी :	हां.
डोके :	अन् वेटिंग-रूमची परिस्थिती जरा सुधारा म्हणा हो. निदान फर्स्ट क्लासची तरी.

(पुढारी आश्चर्याने त्यांच्याकडे पाहतो. डोके त्याच्याकडे पाहत दरवाजाबाहेर पडू लागतात. बाहेर स्टेशनवरील घंटा वाजू लागते. गाडी प्लॅटफॉर्मला लागत असल्याचा आवाज येत राहतो आणि... पडदा पडतो.)

□

निकाल

(तालुक्याच्या गावच्या हायस्कूलमधील मुख्याध्यापकांची खोली.
दोन्ही तिन्ही बाजूच्या भिंतींवर फोटोंची गर्दी आहे. दरवर्षीची
शाळा-संमेलने, पुढाऱ्यांच्या भेटी या फोटोतून साकार झालेल्या
दिसतात. एका कोपऱ्यात भूगोलाच्या गुंडाळ्या टांगलेला स्टँड.
टेबल-खुर्ची. खुर्चीला बरोबर मागे गांधीजी, नेहरू, राजेंद्रबाबू या
सर्वांचे ठळक फोटो. एका कोपऱ्यात पाण्याचा माठ आणि
त्यावर भांडे. एक भले मोठे उंच कपाट त्यावर पिवळे पडलेले
चार-दोन पेले. टेबलावर कागदपत्रांची गर्दी झालेली आहे. पडदा
वर जातो तेव्हा हेडमास्तरांची स्वारी दोन्ही हातांनी निकालपत्राचा
कागद टेबलावर पसरून त्यात डोके धरून गुंग झालेली दिसते.
त्यांच्या दोन्ही बाजूस उपमुख्याध्यापक टिल्लू आणि पर्यवेक्षक
फणसे जय-विजयासारखे उभे आहेत. मधूनमधून ते वाकून
एकदा निकालपत्राकडे पाहतात, एकदा मुख्याध्यापकांच्या तोंडाकडे
पाहतात. मग कंटाळून टेबलावरच्या पुस्तकांशी चाळा करतात.
एक-दोन मिनिटे अशी स्तब्धतेत गेल्यावर –)

मुख्याध्यापक : (सुस्कारा सोडून) हू... हे निकालाचे काम बरंच कटकटीचं आहे
की हो –

टिल्लू : ते काही विचारू नका. कटकट म्हणजे काय – अगदी डोकं फिरून
जातं काही वेळेला.

फणसे : म्हणून मी म्हणालो होतो–

टिल्लू : – की आम्ही दोघं मिळून करून टाकतो ते काम. गेली वीस वर्ष
करतोय, तुम्हास ठाऊक नाही.

मुख्या. : माझं तर डोकं दुखायला लागलंय. हे – हे पाहा ना. दहावीतल्या ऐंशी

पोरांपैकी सगळ्या विषयात पास पोरं दहा.

फणसे : दहा ऐशांश. म्हणजे एक अष्टमांश. काही वाईट नाही.

टिल्लू : एक अष्टमांश का? बरं पडलं की प्रमाण मग! मागे टोळ हेडमास्तर होते त्या वेळी अगदी कहर झाला होता. तुम्हाला ठाऊक नाही.

मुख्या. : का? काय झालं त्या वेळी?

टिल्लू : (कोपऱ्यातील माठावरील फुलपात्रे उचलून पाणी पितात. ठसका लागतो. तो थांबल्यावर मग तोंड पुसून एका ग्रुप फोटोकडे बोट दाखवितात.) ही बघा. ही बॅच होती त्या वेळी सहावीला. अति वाईट कार्टी.

फणसे : वाह्यात पुन्हा.

मुख्या. : पण काय झालं काय?

टिल्लू : अहो, ह्या वर्गात एक अन् त्या वर्गात एक. दोनच कार्टी पास. साठ पोरं चार-चार विषयात नापास. धडाधड तांबड्या रेघा. एक वीर तर असे भेटले, आठी विषयात नापास होऊन पुन्हा वर ड्रिल, चित्रकला, यातही खलास! (खुर्चीवर बसतात.)

फणसे : (खुर्चीवर बसत) प्रगती-पुस्तकावर पट्टीनं तांबड्या रेघा ओढल्या आम्ही त्या वेळी.

मुख्या. : मग अकरावीचा वर्ग भरला कसा?

टिल्लू : भरला हूं... बसलो आम्ही दोघं जोर धरून.

फणसे : बैठकच मारली.

टिल्लू : धडाधड पास करून टाकले. टोळसाहेब डोक्याला हात लावून बसले होते. तुम्हाला ठाऊक नाही.

फणसे : ते म्हणाले शेवटी –

मुख्या. : काय म्हणाले?

फणसे : काय म्हणाले हो, टिल्लू?

टिल्लू : 'तुम्ही कसं काय झटपट काम केलंत एवढं? आश्चर्य आहे बुवा'– असं म्हणाले. तुम्हाला आता ठाऊक नाही. केलंच काम आम्ही तसं. साठातले पंचावन्न वर घातले. पाच म्हणजे अगदी गाळीवच निघाले. कोरेच पेपर दिलेले लेकाच्यांनी. मग काय करणार? तरी केलं असतं काम, पण म्हटलं नको. सगळेच पास म्हणजे तेहि बरं नाही. थोडे नापासही असावेत. थोडा नमुना खालच्या वर्गासाठी शिल्लक असावा.

मुख्या. : हे फार झालं!

फणसे : एका पोरानं तर पेपरात नुसतं 'श्रीराम जयराम जयजयमराम' एवढंच लिहिलं होतं. गेला वर.

मुख्या. :	(चिडून) हा काय निकाल का निकालाची थट्टा आहे?
टिल्लू :	मग काय करणार साहेब? अकरावीचा वर्ग तर भरला पाहिजे. नाहीतर शाळा चालवायची कशी? पोरं आपल्या शाळेत पाठवायची बंद करतील हे लोक.
फणसे :	शिवाय, मॅनेजिंग बोर्डाचे लोक आहेत. गावातली प्रतिष्ठित मंडळी आहेत. झालंच तर आपले शिकवणीचे मास्तर आहेत. सगळ्यांची पोरं शाळेत. ती तरी वर जायला पाहिजेत का नको?
मुख्या. :	त्या गोष्टीचा संबंध काय? निकाल लावताना मुलगा पास आहे की नाही, एवढाच प्रश्न. फार तर एखाद्या विषयात नापास म्हटलं तरी चालेल –
फणसे :	मी म्हणतो, दोन विषयात नापास, तीन विषयात फार तर –
मुख्या. :	तीन-तीन विषयात? भले शाबास!
फणसे :	ते बरोबर नाहीच म्हणा, पण आपलं एक सांगितलं.
मुख्या. :	हा काय निकाल आहे का भाजीपाला आहे?
टिल्लू :	निकालच म्हणायचा की आता.
मुख्या. :	सहा महिने झाले मी चार्ज घेऊन. एकेक गोष्टी बघतोय; कहर आहे. दर वर्षीचे मॅट्रिकचे रेकॉर्ड बघितले मी परवा. काय परसेंटेज आहे! वाहवा!
टिल्लू :	मॅट्रिकची परीक्षा काय अन् एसेस्सीची काय सध्याची. कत्तल करतात लेकाचे. दया नाही माया नाही.
मुख्या. :	दयामाया दाखवायला शाळा म्हणजे काय धर्मशाळा आहे? का अन्नछत्र आहे? इथं पाहायला पाहिजे म्हणजे लायकी.
फणसे :	(मान डोलावून) पात्रता. बरोबर आहे.
मुख्या. :	इथं महत्त्व फक्त गुणांना. असेल गुण तर जाईल वर. नाही तर बसेल खाली.
फणसे :	'गुणी गुणं बस्ती का मस्ती' असं सुभाषित आहे.
टिल्लू :	पण त्याचं काय आहे साहेब– इथं सगळ्यांना वाटतं आपण वर जावं. खाली राहायला कुणी तयारच नाही. बरं, पुन्हा गंमत अशी आहे, पोरं म्हणजे आपले अन्नदाते आहेत काही म्हटलं तरी. त्यांचा संतोष हाच आपला फायदा.
फणसे :	हा, हे मात्र खरं आहे. चांगल्या-चांगल्या दुकानातसुद्धा मी पाट्या पाहिल्या आहेत. 'गिऱ्हाइकाचा संतोष हाच आमचा फायदा', 'कस्टमर इज ऑल्वेज राईट.'
मुख्या. :	काय तुम्ही बोलताहात फणसे? शाळा म्हणजे काय धंदा आहे? दुकान

मांडून का बसलो आहोत आपण इथं?

टिल्लू : सध्या असंच आहे साहेब. त्या जुन्या गोष्टी गेल्या आता. सगळं याच भाषेत बोलायचं. नाहीतर दिवाळं वाजलं म्हणून समजावं.

फणसे : आता तुम्ही म्हणता तेही बरोबर आहे म्हणा.

मुख्या. : ते जाऊ द्या. मी अगदी ठाम ठरवलंय. दहावीचा हा निकाल कडक लावायचा. दयामाया दाखवायची नाही. तसं झालं तरच अकरावीचा निकाल बरा लागेल. शाळेस थोडसं नुकसान झालं तरी चालेल. जरा वाटेल तसं, पण काही दिवसांनी आपल्यालाच फायदा होईल.

फणसे : फायदा तर होणारच.

टिल्लू : काही हरकत नाही, पण प्रत्यक्षात तसं जमत नाही साहेब. आता ऐंशीपैकी दहाच पोरं सगळ्या विषयात पास. दहा पोरांचा वर्ग कसा काय होणार?

मुख्या. : एका विषयात नापास किती आहेत? तेही वर घालूच की (निकालपत्र पाहतात.)

टिल्लू : आहे. आकडा काढलाच आहे. (निकालपत्राच्या कागदावर बोट ठेवून) हं. हे पहा.

मुख्या. : एका विषयात नापास तेरा.

फणसे : गुड. ते गेलेच वर. आता दोन विषयांचं बघा बरं.

टिल्लू : दोन विषयात गेलेले मला वाटतं एकोणीस आहेत.

मुख्या. : एकोणीस आहेत की... खरंच की, दोन विषयवाले वर चढवायचे म्हणजे काही खरं नाही.

फणसे : ते तितकंसं बरं नाही म्हणा; पण काय, करणार काय?

मुख्या. : यांना आपण विषय सोडवायला लावू ते. तसं कबूल केलं पालकांनी तरच मला वाटतं, यांना प्रमोट करावं.

टिल्लू : कशाला उगीच पालकांशी भांडाभांडी. आपण आपलं त्यांना सगळ्या सवलती द्याव्यात. पुढं ते अन् त्यांचं नशीब. तुम्हाला ठाऊक नाही. दोन वर्षांपूर्वी असंच केलं काही मुलांच्या बाबतीत. गंमत अशी की, पास पोरं झाली तिथं नापास. अन् यातल्या एक-दोन पोरांनी फर्स्टक्लास मार्क मिळवले.

फणसे : एक तर मला वाटतं शाळेत चौथा आला.

मुख्या. : हे काही बरोबर वाटत नाही मला. अशानं निकाल स्ट्रिक्ट राहणार कसा अन् अकरावीचे स्टॅंडर्ड सुधारणार कसे?

फणसे : हां, हे आता खरं आहे, पण—

मुख्या. : ठीक आहे. पहिले दहा, हे तेरा, अन् हे एकोणीस. बेचाळीस मुलं जाऊ

द्या वर.

टिल्लू : एक वर्ग तर भरला म्हणा.

मुख्या. : (चिडून) दुसराही भरलाच पाहिजे असा काही नियम नाही. आपण एकच वर्ग ठेवू या वर्षी. काय बिघडलं काय?

टिल्लू : बिघडलं काय? तसं झालं तरी चालेल, पण दुसरा वर्गही झाला तर तितकंच बरं आपलं. ऐंशीपैकी अडतीस मुलं नापास म्हणजे जरा कसंसच वाटतं. लोक काय म्हणतील बाहेर?

फणसे : पाचवीच्या ॲडमिशनवर परिणाम होईल.

मुख्या. : झाला तर झाला. कुठंतरी थांबायलाच पाहिजे. नाही का?

टिल्लू : तीन विषयातले असे किती आहेत? दहा-बारा तर असतील.

फणसे : बाराच आहेत, पण डिझर्व्हिंग आहेत.

मुख्या. : (कागद पाहून) हो – बारा आहेत. पण मला नाही वाटत यांपैकी कुणाला वर चढवावं म्हणून. यांची वर जायची लायकी नाही.

टिल्लू : लायकी कसली आलीय डोंबलाची? पण काहीतरी अटी घालून, विषय सोडायला लावून –

मुख्या. : आताच तर तुम्ही नको म्हणालात ना?

टिल्लू : हो. तसं ते वाईटच, पण खाली राहण्यापेक्षा चान्स दिलेला काय वाईट म्हणतो मी?

मुख्या. : (विचारात पडून) काय बुवा, पटत नाही मला हे सगळं.

टिल्लू : जाऊ द्या. त्या कार्ट्यांना तरी कळू द्या एकदा एस.एस.सी. म्हणजे काय प्रकरण असतं ते. द्या समुद्रात सोडून, लागतील पोहायला आपोआपच.

फणसे : (खाजगी सुरात) बरं, खाली ठेवायची म्हणजे सुद्धा पंचाईत की हो साहेब. नापास म्हणजे फी खलास. एक दमडा वसूल होणार नाही. अनुभव आहे आमचा हा. वर गेली तरच आशा आहे. परवाच त्या ह्याचे पालक भेटले. कार्ट नापास झालं तर फी देणं मुळीच जमणार नाही म्हणून स्पष्ट सांगताहेत मला. आता या कर्माला काय करावं? म्हणालेच मला 'पास करा फी घेऊन चला.' आहेत की नाहीत नालायक? मी त्यांना स्पष्ट सांगितलं –

मुख्या. : काय?

फणसे : म्हटलं, प्रयत्न करू आम्ही शक्य तो. मुलाचं नुकसान होऊन देणार नाही, पण आमच्या मुख्याध्यापकांनी यंदा ठरवलंय – निकाल कडक लावायचा. मग काही होवो.

टिल्लू : स्पष्ट सांगितलंत ते बरं केलंत.

फणसे : हो. मग काय करणार काय?

मुख्या. : मग कसं काय करावं म्हणता?

टिल्लू : विषय एक-दोन सोडायला लावा. जाऊ द्या गाढव वर.

फणसे : बारा तर आहेत.

मुख्या. : ठीक आहे. लिहा यांच्यापुढे त्या त्या अटी. अन् बाकीचे नापास म्हणून सरळ जाहीर करा. पुरे झालं. निकाल यंदा तरी जरा कडक लागू द्या.

टिल्लू : द्या ती रिझल्टशीट इकडं. आम्ही दोघं करतोच काम आता ते.

फणसे : बेचाळीस अन् हे बारा चौपन्न झाले. दहा पास अन् चव्वेचाळीस प्रमोटेड. काही वाईट नाही.

टिल्लू : मग आम्ही बसतो तिकडं.

मुख्या. : ठीक आहे. (दोघेही निकालपत्र घेऊन जातात. थोडा वेळ स्तब्धता. मुख्याध्यापक खिशातील रुमाल काढून कपाळ, गळा पुसतात. हुशहुश करतात. तेवढ्यात लक्ष्मण शिपाई येतो.)

लक्ष्मण : साहेब भायेर ते भणगेसाहेब आलेत.

मुख्या. : (भानावर येऊन एकदम) आँ? भणगे म्हणजे आपले मॅनेजिंग बोर्डातले?

लक्ष्मण : तेच. जराशे गिड्डे अन् प्वाट असं फुडे हाये बघा. सारखं पान खातेत ते–

मुख्या. : बरं बरं, या म्हणावं आत.

(अंगावर सगळे खादीचे कपडे, नेहरूछाप कडक इस्त्रीची टोपी, तोंड लालभडक अशा थाटात भणगे प्रवेश करतात. त्यांच्या हातात एक लहानशी पिशवी दिसते. ती टेबलाजवळ ठेवून ते ऐसपैसपणे खुर्चीत बसतात. मग पिशवीतून लहानसा खलबत्ता काढून टेबलावर ठेवतात. हळूहळू चंचीतले एक-एक साहित्य बाहेर निघते. एकीकडे बोलत पान कुटण्याचा कार्यक्रम सुरू होतो.)

भणगे : हं, काय जोशीसाहेब, काय म्हणतोय उन्हाळा?

मुख्या. : भलताच. घामाच्या धारा चालल्यात नुसत्या. काम करीत बसायचं म्हणजे जिवावर येतंय. खरं म्हणजे पंखा पाहिजे इथं एक.

भणगे : घेऊन टाका मग एक. पुढच्या बजेटमध्ये घाला आयटेम. करून टाकू पास, आहे काय विशेष?

मुख्या. : पाहू या. अन् आज मध्येच कसे काय इकडे? इतक्या उन्हात?

भणगे : काम. काहीतरी काम असल्यावर ऊन कसलं न काय? परवाच यशवंतराव येऊन गेले, त्या वेळी तरी किती ऊन –

मुख्या. : यशवंतराव म्हणजे आपले ऐनापुरे?

भणगे : छा: छा:! यशवंतराव म्हणजे आपले चव्हाण हो –

मुख्या. : हं! हं! पंधरा दिवसापूर्वी आले होते तेव्हा –

भणगे : मुनशीपालटीच्या शंभरीला आले तेव्हा सकाळी नऊला येणार म्हणून कळले. आम्ही आपले वाट बघतोय. बारा वाजले तरी त्यांच्या मोटारीचा पत्ता नाही. ऊन असं चपपतंय वरनं, कंटाळा आला. बरं, घरीही जाता येईना. स्टँडिंग कमिटीचा चेअरमन मी. बरं, चांगली ओळख आमची. 'भणगे कसे काय दिसत नाहीत' म्हणून विचारलं म्हणजे पंचाईत पुन्हा.

मुख्या. : अरे वा! तुमची पर्सनल ओळख का अगदी?

भणगे : ओळख म्हणजे काय? फर्स्टक्लास ओळखन्. पुण्यात एलेलबीला एकाच वेळी ना आम्ही. ते ॲक्सिडेंट बंगल्यात राहायचे अन् मी पलीकडच्या. नेहमी जाणं-येणं.

मुख्या. : मग काय? प्रश्नच नाही. आपल्या शाळेच्या बिल्डिंगबद्दल तेवढं–

भणगे : करणारच आहे मी. परवा बोलून ठेवलंय. एकदा मुंबईला या म्हणजे स्वस्थपणे बोलू म्हणाले. बरं म्हणलं, ठीक आहे.

मुख्या. : झालं तर छान होईल... बरं आज काही विशेष काम?

भणगे : (पानाचा लगदा तोंडात टाकून) तस्त नाही वाटतं इथं?

मुख्या. : तस्त?

भणगे : हा, तस्त. आपलं थुंकायचं.

मुख्या. : नाही, शाळेत कुठलं आलंय तस्त?

भणगे : हो, तेही खरंच म्हणा. (खिडकीकडं जाऊन थुंकून येतात.) काम म्हणजे असं होतं –

मुख्या. : बोला.

भणगे : माझा पुतण्या आहे, दहावीत. आता अकरावीत जाईल. आपल्याच शाळेत आहे.

मुख्या. : बरं.

भणगे : कालच मला कळालं की, चार विषयात नापास झालाय तो.

मुख्या. : असं? पण आम्ही तर रिझल्ट अजून औट केलेला नाही खरं म्हणजे.

भणगे : कळलं आपलं असंच. म्हणलं चौकशी करून यावी. आमचे थोरले भाऊ शेतावर असतात. तिकडं आम्हाला काही बघावं लागत नाही. त्यांचा मुलगा इकडं शिकायला आहे. तशी एकत्र फॅमिली आहे आमची –

मुख्या. : चार विषयांत नापास? म्हणजे नापासच की. यंदाचं वर्ष गेलंच त्याचं.

भणगे :	वर्ष वाया जाऊन कसं चालेल जोशीसाहेब? आमच्या जबाबदारीवर ठेवलंय त्याला इथं. उद्या भाऊ काय म्हणेल आम्हाला?
मुख्या. :	रिझल्टशीट तरी पाहू या आधी. (घंटा वाजताच, शिपाई येतो.) अरे, टिल्लूला म्हणावं रिझल्टशीट घेऊन बोलावलंय जरा इकडं.
लक्ष्मण :	व्हय साहेब. (जातो.)
मुख्या. :	यंदा आम्ही जरा स्ट्रिक्ट राहायचं ठरवलंय. एस.एस.सी.चा निकाल फारच वाईट लागायला लागलाय.
भणगे :	स्ट्रिक्ट राहायलाच पाहिजे. (टिल्लू येतात.) हं, काय टिल्लू, आमचा पुतण्या काय म्हणतोय?
टिल्लू :	बरा आहे. काँडक्ट उत्तम आहे, शाळेतही बहुतेक येतोच. आता परीक्षेत जरा –
भणगे :	तेवढं आता बघायला पाहिजे तुम्ही.
मुख्या. :	(निकालपत्र पाहत) गणित, इंग्रजी, सायन्स आणि संस्कृत चार विषयात गेलाच अन् महत्त्वाचे चार विषय पुन्हा.
भणगे :	अहो, हे काहीच नाही. गेल्या वर्षी पाच विषयात गेला होता. इतिहास, भूगोलातसुद्धा खलास. या वर्षी पास दिसतोय.
टिल्लू :	थोडीशी प्रगती आहे खरी –
भणगे :	मग कसं करता जोशीसाहेब?
मुख्या. :	(चुळबूळ करीत) खरं म्हणजे तुमच्यासारख्यांनी भीड घालणं मला जरा –
भणगे :	भीडबीड काही नाही हं. मी आपला तुम्हाला रिक्वेस्ट करायला आलोय. मी तसा स्वत:ही स्ट्रिक्ट राहणारा माणूस आहे, पण पोरगं घरी रडत बसलंय कालपासनं. म्हटलं जाऊन येऊ.
मुख्या. :	अकरावीत ढकलला तरी काय होणार भणगेसाहेब? पुन्हा नापासच होईल.
भणगे :	छे, छे! आता जूनपासनंच शिकवणी लावतो ना त्यास सगळ्या विषयांची. आता काही भानगडच ठेवत नाही. अगदी पर्सनल लक्ष. किटकिट नको. तस्त आहे का हो?
मुख्या. :	तस्त?... तस्त नाही इथं.
भणगे :	अरे हो, तुम्ही सांगितलंत नाही का मघाशी (थुंकून येतात) मग.
टिल्लू :	इंग्रजी सोडायला लावावं फार तर –
मुख्या. :	पण चार विषयात नापास झालेला एक वर चढवला की आणखीन तसले दहा चढवावे लागतीत.

टिल्लू :	दहा कुठायत ? पाहू (निकालपत्रक पाहतात) थोडे आहेत. सात आहेत मला वाटतं.
मुख्या. :	वा! सात म्हणजे कमी आहेत का?
भणगे :	करून टाका. आहे काय त्यात विशेष. आपल्यामुळे इतर गोरगरिबांचेही कल्याण होत असेल तर करावं, अशा मताचा आपला मी आहे. अहो, परवाचीच गोष्ट. मुनशीपालटीच्या बागेत आम्ही घरचं डोहाळजेवण केलं होतं. खरं म्हणजे परवानगी नव्हती तशी. बाकीचे म्हणायला लागले. तुमचं डोहाळजेवण तेवढं बागेत तर आमचं का नको? म्हणलं, करा. तुम्ही करा. आता सर्रास सुरू झालंय.
टिल्लू :	आमच्या सुनेचं झालं ना तेरवाच्या दिवशी.
भणगे :	कितवं हो.
टिल्लू :	चौथं असेल.
भणगे :	चार दीड सहा. सहा वर्ष झाली लग्न होऊन नाही?
टिल्लू :	साडेपाच. म्हणजे सहा झालीच म्हणायची की.
भणगे :	बराय, मग जोशीसाहेब चलतो आम्ही. तेवढं जरा –
मुख्या. :	(हताश होऊन) बघतो.
भणगे :	बघू नकाच.
मुख्या. :	टाकतो करून.
भणगे :	हा, अस्स!... आता कसं रीतसर झालं. मी घरी पोराला सांगूनच आलो होतो. म्हटलं, जोशीसाहेब नाही म्हणायचे नाहीत. काही झालं तरी आपलीच शाळा आहे. बराय जातो मी.
मुख्या. :	(उठून) बराय. (भणगे जातात.)
टिल्लू :	(दाराकडे बघत) दरवर्षी ही पीडा आहे साहेब. काही इलाज नाही.
मुख्या. :	पण या बाकीच्या सहांचं काय?
टिल्लू :	जाऊ द्या त्यांनाही वर. त्यांनी तरी काय पाप केलंय?
मुख्या. :	मघाचे चौपन अन् हे सात.
टिल्लू :	एकसष्ट! (कानोसा घेत) कोण आहे?
लक्ष्मण :	(दारातूनच) डाक्टरीणबाई आल्यात साहेब.
टिल्लू :	कोण शिंत्रे का?
लक्ष्मण :	व्हय साहेब. त्या त्या (हातानं दाखवीत) जरा जाड्या आहेत. अन् नाक जरा. हा –
टिल्लू :	शुः! त्याच त्या. पाठवून दे. नाटकाची तिकिटे घेऊन आल्या असतील. (शिपाई दिसेनासा होतो. शिंत्रे डॉक्टरीणबाई हातात पर्स घेऊन प्रवेश करतात.)

टिल्लू : नमस्ते, नमस्ते. बऱ्याच दिवसांनी गाठ, आता कुठलं नाटक आहे?

सौ. शिंत्रे : वा! मी आले म्हणजे दर वेळेला नाटकाची तिकिटंच घेऊन येते वाटतं!

टिल्लू : नाही का? मी आपलं विचारलं सहज. तुम्ही खऱ्या दर्दी त्यातल्या.

सौ. शिंत्रे : नाही, तसं आहेच नाटक म्हणा, पण अजून अवकाश आहे.

मुख्या. : कुठलं नाटक बसवताय हल्ली?

सौ. शिंत्रे : मीच लिहिलंय – 'चला गडे नेफाकडे'

मुख्या., टिल्लू : आँ?

सौ. शिंत्रे : नाटकाचं नाव आहे हे.

मुख्या. : कोण म्हणालात?

सौ. शिंत्रे : 'चला गडे नेफाकडे...' कसं वाटतं?

टिल्लू : मार्मिक आहे. चिनी आक्रमणावर दिसतंय. आम्ही बरोबर ओळखलं.

सौ. शिंत्रे : राष्ट्रीय निधीला मदत करावी म्हणते थोडीशी.

टिल्लू : करा-करा.

सौ. शिंत्रे : (लाडिक आवाजात) नाटक बसवायचं काम चाललंय जोरात. म्हणजे त्याचं कथानक असं आहे बरं का, म्हणजे काय होतं, एक शाळेतला मुलगा असतो. तो खूप खूप शूर असतो. बी.सी.जीत त्यानं नाव घातलेलं असतं.

मुख्या. : बी.सी.जीत?

सौ. शिंत्रे : अहो, ते... मुलांना मिलिट्री शिकवतात ते?

मुख्या. : हं! हं! एन.सी.सी.

सौ. शिंत्रे : हो, हो. एन.सी.सी. तिथे मी लिहिलंय बरोबर, आता तोंडातून आलं चुकून.

टिल्लू : मग पुढं काय होतं?

सौ. शिंत्रे : पुढं चिनी आक्रमण होतं. राष्ट्राची हाक येते. हा मुलगा एकदम शाळा सोडून देतो अन् विमानानं नेफात जातो. तिथं तो इतका पराक्रम करतो– इतका पराक्रम करतो –

टिल्लू : किती?

सौ. शिंत्रे : खूप खूप. अगदी वर्णनच नाही करता येत इतका. चार दिवसात तो मेजर जनरलच होतो. अन् मग तो एकदम दिसेनासा होतो. कुणाला सापडत नाही.

टिल्लू : बापरे!

सौ. शिंत्रे : सगळ्या लोकांना वाटतं की तो मेलाच. फार फार वाईट वाटतं

लोकांना. सगळे रडतात.

टिल्लू : साहजिकच आहे की हो... मग पुढं?

सौ. शिंत्रे : पुढं काय दिवाळी येते तेवढ्यात. भाऊबिजेचा दिवस येतो. त्याची बहीण बिचारी सारखी रडत असते. अन् एकदम रेडिओवरनं बातमी येते की तो जिवंत आहे अन् दिल्लीला परत आलेला आहे.

टिल्लू : छान छान. अन् मग शेवटी.

सौ. शिंत्रे : शेवटी काय? तो विमानानं त्याच दिवशी दिल्लीहून निघतो अन् घरी येतो. बहीण आनंदानं ओवाळते. तिला इतका आनंद होतो, इतका आनंद होतो की –

टिल्लू : किती?

सौ. शिंत्रे : खूप, खूप आनंद होतो. अगदी वर्णन करता येत नाही इतका. घरी सगळे मित्र जमलेले असतात. शाळेतले, बाहेरचे. त्यांना तो संदेश देतो – ''नेफाकडे चला... खूप, खूप पराक्रम करा.'' अन् मग –

टिल्लू : पडदा पडतो... वा वा! छान आहे. नाटकाची आयडिया चांगली आहे.

सौ. शिंत्रे : थँक यू.

मुख्या. : (इतका वेळ चुळबूळ करीत हे स्वस्थ बसलेले आहेत. तोंडावर अस्वस्थता. कथानक सांगून संपल्यावर लगेच घाईघाईने) बरं मग आज इकडं कुणीकडं?

सौ. शिंत्रे : हो, ते सांगायचं राहूनच गेलं. त्या नाटकात मुलाचं काम करणारा जो हिरो आहे ना, तो तुमच्याच शाळेतला आहे. दहावीला बसलाय यंदा.

टिल्लू : हो का? अरे वा! छान!

मुख्या. : बरं त्याचं काय?

सौ. शिंत्रे : काल-परवापासनं घरी डोकं धरून बसलाय, तालमीलाच येईना. म्हटलं झालं काय? तर म्हणाला, मी जर नापास झालो तर माझा नाही मूड लागणार नाटकात काम करायला. पास झालो तर करीन काम. म्हटलं, हात्तिच्या! आहे काय त्यात विशेष? आता जाऊन जोशीसाहेबांना सांगते तुझ्यासाठी. तुझं वर्ष नाही वाया जाऊ देत, मग तर झालं?

टिल्लू : कोण, नाव काय?

सौ. शिंत्रे : कुलकर्णी वकिलांचा मुलगा हो, तो गुंडू –

टिल्लू : हां, हां, दहावी 'ब'मध्ये आहे तो, फणशांना माहीत असेल. थांबा त्यांना पाठवून देतो. (दरवाज्याजवळ ठेचाळतात, मग जातात.)

मुख्या. : तो जर नापास असला तर आम्ही काय करणार मिसेस शिंत्रे? उगीच वर चढवण्यात काही अर्थ आहे का, तुम्हीच सांगा.

सौ. शिंत्रे : कसला आलाय अर्थ? काही उपयोग नाही त्याचा.

मुख्या. : मग तुम्ही हा आग्रह धरू नका. यंदा आम्ही जरा स्ट्रिक्ट राहायचं ठरवलंय.

सौ. शिंत्रे : निकाल कसा स्ट्रिक्टच पाहिजे बाई. एरवी मीसुद्धा रदबदली करायला आले नसते, पण काय करायचं, नाटक आहे ना एक हे! अडूनच बसलाय. तो नाही म्हणजे नाटकच होणार नाही. बरं संरक्षण निधीसाठी नाटक, तेवढीच मदत होईल देशाला, नाही का?

मुख्या. : (चुळबुळत) हो, पण – (रिझल्टशीट घेऊन फणसे येतात. दरवाजाजवळ ठेचकाळतात आणि मग आत येतात.) अहो, फणसे! त्या ह्या मुलाचा काय निकाल लागला आहे, बघा बरं.

फणसे : नमस्ते डॉक्टरणीबाई. काय, नाटकाची तिकिटं आणलीत वाटतं?

सौ. शिंत्रे : अजून अवकाश आहे थोडा. सध्या तालमी चालतात.

फणसे : कुठलं नाटक बसवताय?

सौ. शिंत्रे : 'चला गडे नेफाकडे!'

फणसे : वा, वा! छान नाव आहे.

सौ. शिंत्रे : मीच लिहिलंय. म्हणजे त्याची थोडक्यात गोष्ट अशी आहे बरं का –

मुख्या. : (घाईघाईने) त्या मुलाचा निकाल बघताय ना तुम्ही? तेवढा पाहा बरं लवकर.

फणसे : हो, हो. (निकालपत्र उघडून चाळतात.) कुलकर्णी जी. बी... श... अर्रर्र –

मुख्या. : का हो? काय झालं?

फणसे : एरवी अभ्यास तसा बरा आहे हो पोराचा. पण हे काय?

सौ. शिंत्रे : काय झालं?

फणसे : चार विषयात नापास. अन् पाचव्यात अगदी बाउंड्रीवर पास.

मुख्या. : बघू. (निकालपत्र पाहतात)... बाउंड्री कसली आलीय फणसे? पाचव्या विषयातसुद्धा बत्तीसच आहेत मार्क. तुम्ही तांबडी रेघ मारली नाही इथं.

फणसे : बत्तीस म्हणजे पस्तीसच धरतो आम्ही.

मुख्या. : धरता तर मग केले का नाहीत आधीच? निकाल तयार झाल्यावर मग घोळ कशाला?

फणसे : आधीच केले असते, पण तो हेगडे मास्तर– त्यांनी तपासलाय हा सायन्सचा पेपर. वाढवत नाही म्हणाले मार्क.

मुख्या. : का? का?

फणसे : त्यांचं अन् त्या पोराचं वाकडं.

सौ. शिंत्रे : अगं बाई! ते का?

फणसे : काही तरी झालं वाटतं वर्गात भांडण. ह्या पोरानं एका हातानं हेगड्यांना आज्जात उचललं आन् दिलं खिडकीतून सोडून बाहेर. गोष्ट ती काय क्षुल्लक, पण हेगडे तेव्हापासून दात खाऊन आहेत त्याच्यावर.

सौ. शिंत्रे : किती सुंदर सिच्चुएशन आहे नाही का? मी घालू का नाटकात ही?

फणसे : घाला, घाला. पण हेगडे करतो म्हणाले का काम?

मुख्या. : मला वाटतं, मिससे शिंत्रे, कठीणच आहे ही केस. मला नाही वाटत जमेलस.

सौ. शिंत्रे : जमेल हो. त्यात काय आहे एवढं अवघड! आमचे हे म्हणालेच म्हणा, मी येऊन सांगू का जोशींना. सबंध शाळेची मेडिकल एक्झॅमिनेशन फुकट करतो आम्ही, एवढं आपल्यासाठी करणार नाहीत का म्हणाले! पण मीच म्हणाले, इश्श! एवढ्या तेवढ्याला तुम्ही कशाला येता? मी म्हटलं तरी जोशीसाहेब नाही म्हणणार नाहीत.

फणसे : पाचवा विषय तर पास आहेच. येऊन-जाऊन चार विषयांचा प्रश्न. दोन विषय सोड म्हणावं.

मुख्या. : पण अशा आणखीन सहा केसेस आहेत फणसे!

फणसे : हो. ती एक अडचण आहे खरी, पण बघावं त्यातल्या त्यात डावं-उजवं.

सौ. शिंत्रे : (रागरंग ओळखून) बरं, मी असं करते, ह्यांना पाठवून देते.

मुख्या. : (बिचकून) नको, नको. एवढ्याशा गोष्टीसाठी डॉक्टरांना कशाला हेलपाटा. बघतो मी.

सौ. शिंत्रे : इश्श! बघायचं काय त्यात पुन्हा?

मुख्या. : (हताश होऊन) करून टाकतो.

सौ. शिंत्रे : थँक यू जोशीसाहेब! आता माझ्या जिवात जीव आला. मग जाऊ मी? नमस्ते.

(उठून दाराजवळ जातात. एकदा ठेचकाळतात आणि मग दिसेनाशा होतात. मुख्याध्यापक दोन्ही हातांनी डोके धरून फणशांच्याकडे पाहतात. फणसे खांदा उडवून आपला नाईलाज आहे असे सुचवितात; तेवढ्यात बाहेर आरडाओरडा ऐकू येतो. शिपायाबरोबर कुणीतरी भांडत असल्याचा आवाज. दोघेही चमकून दरवाजाकडे पाहतात. एकमेकांकडे पाहतात. तेवढ्यात बाळा पैलवान आत येतो. त्याच्या मागोमाग शिपाई. दोघेही दाराजवळ एकामागोमाग ठेचकाळतात आणि मग आत येतात.)

बाळा : नमस्कार मास्तरसाहेब.

मुख्या. :	नमस्कार. बसा, बसा... काय पाहिजे तुम्हाला?
बाळा :	(जोरात) आमचा पोरगा हाये हो तुमच्या शाळेत.
मुख्या. :	(शांतपणे) दहावीत आहे –
बाळा :	व्हय, व्हय.
मुख्या. :	चार-पाच विषयात नापास आहे –
बाळा :	एखादा जास्तच आसंल, पर कमी न्हाई.
मुख्या. :	पाच विषयांत आहे, साहेब.
बाळा :	आयला, सांगाच्या आधीच वळखलं म्हणा की! (फणशांना) तुमी काय बी म्हणा, बामनाचं डोस्कं जरा वायलच बरं का.
मुख्या. :	बरं, पास नाही केलं अन् खालच्या वर्गातच ठेवला त्याला तर –
बाळा :	आसं कसं हुईल? हरामची फी भरतो आम्ही? सासा म्हैने घर सोडून जत्रा-उरुस हिंडतो, कुस्त्या मारतो तेव्हा फी निघतीय. उगी न्हाई.
फणसे :	(मुख्याध्यापकास) त्या गुंडूच्या कॅटॅगरीतलाच आहे पोरगा. चार-पाच विषय... हूँ... जाऊ द्या त्यालाही. मग आता कसं करायचं?
मुख्या. :	आणखीन पाच पोर आहेत अशीच.
बाळा :	मग समद्यांनाच द्या की ढकलून वर, एकदा कळू द्या हिसका.
मुख्या. :	काय कळू काय द्या! खरं म्हणजे तुम्हीच हिसका दाखविला पाहिजे आपल्या पोराला.
बाळा :	हे बरोबर करतो मास्तर काम. तुम्ही नुसतं फास करा त्याला म्हंजे झालं. मग गंमत बघा नुसती. घरी जाऊन न्हाई मरस्तंवर ठोकला तर नावाचा बाळा पैलवानच न्हवं. लाथांनंच तुडवितो नुसता.
मुख्या. :	तसं काही करू नका तुम्ही अन् उगीच भीडही घालू नका. होऊ द्या नापास एखादं वर्ष. त्याचा फायदाच होईल. तुम्ही पालक आहात. तुम्ही जरा समंजसपणानं –
बाळा :	काय सांगताय मास्तरसाहेब! तुम्ही मोठ्याची लेकरं समदी वशिल्यानं वर घालता अन् आमच्या गरिबाच्या लेकराला तेवढा ह्यो न्याय व्हय? अवो, गेल्या साली तर आमचा पोरगा म्हणाला, त्या चेअरमनचा पोरगा आठरा इषयात नापास हुता. पर त्यालाबी ढकलला वर – आँ? अन् आम्हाला ह्यो उपदेश व्हय? भले!
मुख्या. :	अठरा विषयांत?
बाळा :	आवो, अठरा नसंल, सतरा आसलं... समद्या गावात एवढी गडबडे करतो आम्ही. टरकून हायेत नुसते एकेक. पर शाळेला हात नाई लावला. का? तर आपलं लेकरू शाळेत हाय, शिकतंय, कशाला

वाटला जा... परवा चेअरमननं तमाशाच्या थेटरात बाक कमी पडली म्हणून शाळेतली पंचवीस बाकं नेली. फुकाट खांद्यावरनं नेली तेवा, आन आम्हाला आसं सांगता व्हय? गरिबाची दुनियाच ऱ्हाईली न्हाइ बगा.

फणसे : तसं नाही पैलवान. साहेब तुमच्या हिताचीच गोष्ट सांगताहेत. यंदा निकाल जरा स्ट्रिक्ट लावायचाच.

बाळा : लावा की. खुशाल लावा. आम्ही काय म्हणतोय का त्याबद्दल? एक अक्षर काढलंय का तोंडातनं? मग? आमचं पोरगं जाऊ द्या वर म्हंजे झालं. बाकी आम्ही काय म्हणतोय का? हां, तसं असंल तर कान धरा माजा.

मुख्या. : पण जरा विचार करा –

बाळा : (उठतो) न्हाई ना? बराय. आता शाळा हाये अन् आमी हायेत. बगून घेतो. कुठं कुणा मास्तरचं टांगडबिगडं मोडलं तर मग वरडू नका म्हंजे झालं.

फणसे : जाऊ द्या साहेब, कशाला उगीच थोडक्यासाठी? बरं पोरगा तसा बरा आहे. तुम्ही यायच्या आधीचीच गोष्ट. शिपायानं आपल्या एक भानगड केली होती. ती हलकट बाई शिरली की शाळेत. आरडाओरडा, बोंबाबोंब. मास्तरांचीसुद्धा छाती होईना कुणाच्या मधे पडायची, पण हा पोरगा धाडसी. उठला अन् बाईला दोन्ही हातांनी धरून बाहेर दरदरा ओढत नेली. तिच्या चार शिव्या की ह्याच्या दहा. हुशार आहे!

बाळा : धाडशी लई! पण त्यापासनं धाडशी हाये.

मुख्या. : बरं, बरं... बघतो मी.

बाळा : बगू-बिगू नका. करून टाका.

फणसे : अरे बघू म्हणजे केलंच. तुमचं एवढं काम करायचं नाही म्हणजे काय?

बाळा : आता कसं बोलला! बराय, मग हालावं का आमी?

फणसे : हला हला.

बाळा : रामराम, (बाळा जातो. त्याच्या पाठोपाठ शिपाई जातो. बाळा दरवाजाजवळ ठेचकाळतो, मागून येणाऱ्या शिपायाच्या अंगावर धडपडतो, मग त्याच्याच अंगावर खेकसून निघून जातो. मुख्याध्यापक आणि फणसे एकमेकांकडे बघतात.)

फणसे : हे असं होतं साहेब.

मुख्या. : आता आलं लक्षात, मघाशी एकसष्ट वर गेले –

फणसे : एकसष्ट गेले का? छान छान!

मुख्या. : आता ते सहा.

फणसे : सदुसष्ट झाले, काही वाईट नाही. बघा त्यातल्या त्यात दोन-तीन केसेस. सत्तर करा अन् द्या टाकून. हो, उगीच पिडा नको.

मुख्या. : त्या आता तुम्हीच करा. माझं डोकं तर फिरून गेलं.

फणसे : आम्ही पहिल्यांदाच म्हणालो होतो साहेब, निकालाचं काम आम्ही करतो; तुम्ही कशाला दगदग करता?

मुख्या. : मी ठरवलं होतं की निदान यंदा तरी स्ट्रिक्ट – (बाहेर गडबड गोंधळ ऐकू येतो. शिपायांचे आवाज) काय चाललंय रे लक्ष्मण – (लक्ष्मण शिपाई येतो) काय गोंधळ आहे रे?

लक्ष्मण : काय न्हाई– फाटकातनं एक गाढव शिरलं आत ग्राऊंडवर.

फणसे : आँ? अन् मग?

लक्ष्मण : हाकलायला गेलं तर उधळलं. समद्या बागेचा इस्कूट केला. पुन्हा हिकडं आलं.

फणसे : कुठं? इकडं वरच्या मजल्यावर आलं? कमाल आहे?

लक्ष्मण : न्हाई, पुन्हा ग्राऊंडकडं गेलं.

फणसे : बघू, बघू. (खिडकीजवळ जाऊन डोकावतात.)

मुख्या. : (टेबलावरचे कागद आवरतात. शांतपणाने) गाढव शिरलं होतं म्हणतोस?

लक्ष्मण : व्हय साहेब.

मुख्या. : (दाराकडे जात) त्याला इकडं येऊ देऊ नकोस. वाटेतच थांबव. त्याला म्हणावं –

लक्ष्मण : काय?

मुख्या. : तुझा पोरगा वरच्या वर्गात घातलाय आम्ही. उगीच ओरडू नकोस.

लक्ष्मण : आँ?

(फणसे ख्यॅक करून हसतात. ते बघून लक्ष्मणही हसतो. ते दोघे हसत असतानाच मुख्याध्यापक दाराजवळ ठेचकाळतात आणि पडदा पडतो.)

◻

मी लाडाची मैना तुमची

द. मा. मिरासदार

मराठी रंगभूमीला वगनाट्याची ओळख नवी नाही.
'विच्छा माझी पुरी करा'च्या लोकप्रियतेने ते सिद्धही केले आहे.
वगनाट्याचे हे तंत्र अगदीच लवचिक असते... कलावंताच्या
प्रतिभेनुसार आणि प्रयोगानुसार त्यात सतत बदल घडत असतात...
त्यामुळेच वगनाट्याची गणना 'स्वैर' नाट्यात होत असावी....
...वगनाट्याची ही लोकप्रियता लक्षात घेऊन,
द. मा. मिरासदारांनी 'मी लाडाची मैना तुमची'
या गाजलेल्या वगनाट्याचे पुस्तकात रूपांतर केले.
या वगनाट्याचे वैशिष्ट म्हणजे यासाठी लागणारा गण, गौळण,
लावणी आणि मधला वग ही सगळी गीतरचना
कै. ग. दि. माडगूळकर यांनी केली आहे.
...वगनाट्याच्या ऐवजी 'प्रहसन' (फार्स) म्हणूनही ते रंगमंचावर
येऊ शकेल. यासाठी केलेला हा पुस्तकरूपी प्रयत्न निश्चितच
वाखाण्याजोगा आहे.
'सोकाजीराव टांगमारे' या नावाने आजही त्याचे प्रयोग होत आहेत.

www.ingramcontent.com/pod-product-compliance
Lightning Source LLC
Chambersburg PA
CBHW070608180626
46817CB00005B/2046
* 9 7 8 8 1 8 4 9 8 2 2 7 5 *